MIRATHI YA HATARI

C.G. Mung'ong'o

MKUKI NA NYOTA
DAR – ES – SALAAM

KIMECHAPISHWA NA
Mkuki na Nyota Publishers Ltd,
S.L.P. 4246, Dar es Salaam, Tanzania
www.mkukinanyota.com

© C.G. Mung'ong'o, 1977

Kimepigwa chapa
1977, 1984, 2010, 2015, 2016

9976-1-0245-3 (ISBN-10)
978-9976-102-45-1 (ISBN-13)

Tembelea tovuti yetu www.mkukinanyota.com kujua zaidi kuhusu vitabu vyetu na jinsi pa kuvipata. Vilevile utaweza kusoma habari na mahojiano ya waandishi pamoja na taarifa za matukio yote yanayohusu vitabu kwa ujumla. Unaweza pia kujiunga na jarida pepe letu ili uwe wa kwanza kupata taarifa za matoleo mapya zitakazotumwa moja kwa moja kwenye sanduku la barua pepe yako.

KUTABARUKU

Kwa kitabu hiki napenda kutabaruku
na Mama Samahali katika kumbukumbu
ya miaka mingi ya shida na furaha katika nyumba
ya Mzee wetu Magungila.

Sura ya 1

Upepo ni wa mbisho milimani huku. Upepo unaolaza nyasi twii na kuliza miti kwa miluzi ya ghadhabu utadhani mbingu nazo zimejaa shari tupu. Jua linateremkia machweo na mionzi yake dhaifu inaelekea kushindwa kabisa kuzihimili nguvu za pepo hizi. Kivuli cha mlima huu nacho kinazidi kuwa kirefu na makini, kikikifudikiza kabisa kijiji cha Kilole kilichoko mbavuni mwa mlima huu. Nikiangalia kijijijini naweza kuwaona kina mama wakianuaanua vilivyoanikwa, na kina baba nao mmoja mmoja wanarudi majumbani, majembe yao begani. Nikiangalia kwa makini zaidi nadhani naweza kuwaona hata kuku wakirudi majumbani kuatamia. Siku nyingine inakwisha kama zilivyokwisha nyingine nyingi katika karne kadha wa kadha, lakini kwa wanakijiji hawa ni mwanzo tu wa maisha mapya; maisha ambayo ni sehemu tu ya mapinduzi marefu na magumu; mapinduzi ambayo mapato yake huenda yasionekane upesi. Lakini ndugu hawa watakuwa na uhakika mmoja – kwamba, kwa mara ya kwanza kabisa, jicho la serikali yao litawaangalia mithili ya jicho la baba kwa mwanawe mchanga.

Ni juma la pili leo tangu nifike hapa kuwasaidia ndugu wanakijiji hawa katika Operesheni Sogeza; operesheni ya kuhamia katika vijiji vya maendeleo. Mimi na vijana wenzangu watatu kutoka Chuo Kikuu tuliamua kuitumia likizo yetu ya Septemba katika kujifunza na kusaidia uhamiaji huu. Wakati wote tukawa tunashughulika na wanavijiji mbalimbali katika kufyatua matofali, kujenga, kufyeka misitu kwa ajili ya mashamba mapya; na kulima. Na sasa muda wetu ndio kwanza unakwisha na inatujuzu kuwaacha ndugu hawa kuendelea peke yao na ujenzi huu wa maisha yao mapya. Ni majuma mawili tu tumekaa vijijini lakini nahisi tunaiacha hali mpya hapa; hali ambayo japo haionekani ina mahiso makubwa. Kwa jumla ni hali inipayo ridhisho ambalo sijawahi kulipata mahali pengine tangu nyumba yetu ifarakane katika mkasa ule uliokitikisa kijiji chetu ukaashiria mfarakano mkubwa zaidi; mkasa uliokiacha kijiji kizima katika mahame. Kwa yakini ni ridhisho ninaloweza tu kulishabihisha na penzi la Lulu – Lulu yule aliyeniliwaza mawazo akanipa upendo dhahiri hata nikasahau kabisa uzito wa maisha ya ukiwa. Kwa hakika maisha bila yeye sijui yangekuwaje! Mipango yangu sasa ni kumwoa punde tumalizapo masomo yetu hapo mwakani. Lakini hebu tumwache Lulu huko aliko na turudi kunako yale yaliyonileta mlimani hapa.

Ni ajabu kitu kidogo tu kiwezavyo kumpa mtu kumbukumbu, akakumbuka mengi ya maisha yaliyopita miaka mingi. Vitu kama nyimbo, sauti ya videge, ama hata harufu tu ya maua ni vitu vidogo sana, lakini nguvu zake za kumbukumbu ni kubwa mno. Mathalan leo, angekosa tu yule ndege mdogo kulia mithili ya ndege wa mabonde ya kwetu wala nisingekumbuka asilani kwamba leo ni siku ile ambayo kila mwaka, kwa muda wa miaka mitano sasa, nimekuwa nikijitenga na halaiki na shughuli zote ili kuwakumbuka ndugu wapenzi walioanguka katika mkasa ambao huenda ukasimuliwa vijijini kama hekaya; kila kijiji kikiwa na namna yake ya kuusimulia; kila kijiji na jinsi yake ya kuutafutia maana. Na kama hekaya zote zilivyo si ajabu kisa hiki kikaongezwa chumvi na kikabadili maana, ama kikapunguzwa maana hata kikapoteza ukweli wake kabisa.

Watu watashangaa ilikuwaje hata nikasibiwa na yote haya? Sikula mumbi hata nikapatikana na ajali zote hizi. Ni yakini pia kwamba sikuzaliwa duniani kuwa mkiwa hivi. Bali yote haya ni matokeo ya uovu kamili wa binadamu na ufundi mkomavu wa sihiri vilivyojumuika pamoja vikakamilika katika akili ya mtu mmoja. Tanzia na hasara zilizonifika huenda zisingenipata laiti ningejua tangu awali kwamba mizungu ya uchawi ilikuwapo; kwamba baba yangu mwenyewe alikuwa mshirika mkuu wa elimu hii dhalimu. Huenda ningeiokoa nyumba na kijiji kizima laiti ningegundua hili mapema. Lakini kama ajali zilivyo, mbingu hazikupendezwa nipate wasaa wa welekevu huu mapema, na kijiji kizima kiliteketea. Yaliyonipata yanahasiri moyo na kukatisha tamaa, hivi kwamba muhula mwingine wazo hunijia kwamba labda ni heri ningekwenda na hao waliokwenda. Lakini kila nikumbukapo kwamba binadamu wazaliwapo hulia, na kwamba baada ya yote maisha hayana budi kuendelea, hujirudi na kustahimili. Aponaye vitani huishi kupigana tena. Huenda nami nimeteuliwa kuendelea na vita hivi hadi nitakapovikabidhi kwa kizazi kingine. Wengine wanajiuliza bado, ilikuwaje? Na sitapenda kulikawiza jibu la swali hli, kwani ni muhimu mno. Mbali ya kutoa tu historia ya yale yaliyotukia litaipa pia nafsi yangu faraja ijayo na maungamo; litaizindua nafsi yangu na kuipa fursa ya kuuvinjari tenda mkasa wote bila hofu wala kibuhuti. Kwani yaliyopita si ndwele, mradi tugange yajayo. Kwa uwezo wa mbingu natumaini nitafanikiwa. Sijui nianzie wapi...?

Nilizaliwa katika nyumba ya ukoo wa kawaida katika kijiji kidogo kilometa kama hamsini hivi kusini-mashariki ya pale Mto Nyikamtwe ukutanapo na Mto Luhudzi na kuteremkia kwenye maporomoko maarufu yauangazao mji wa Njombe hivi leo. Wenyeji wa kijiji hicho ambao kwa siku za karibuni walikuwa ni wazee tu – wake kwa waume – na watoto, nasikia sasa wamehamishiwa katika vijiji vya jirani – vijiji vya maendeleo. Na hivyo kufutika kwa Kitelevadzi kutoka katika uso wa dunia, kama kulivyobashiriwa na vita vyetu vya sihiri vilivyopiganwa humo, kumekamilika.

Mzee Kazembe, baba yangu, hakuwa mtu mkwasi, lakini pia hakuwa hohehahe. Kwa jadi watu wa kwetu ni wakulima stadi. Ukitaka ushahidi wa hili jaribu kuzunguka sehemu zote zenye rutuba nchini; ukimkosa mtu wa kwetu hata mahali pamoja tu niite mwongo! Basi nasi tulikuwa na mashamba ya kutosha yaliyotukuzia pareto, mahindi na njegere. Japo jamii yetu kwa jumla ilijulikana kwa uhodari wa kazi lakini sote tuliishia tu kuiga juhudi za mama. Yeye hakutulia. Asipokuwepo shambani akilima ama akipalilia, ama akichuma pareto, basi atakuwa nyumbani akianika pareto, ama kusiriba nyumba, ama tu kutwanga mahindi na kufinyanga vyungu. Kwa kawaida tukienda naye shambani wengine tulipochoka yeye alikuwa kama vile ndiyo kwanza anaanza. Hata leo bado nashangaa nguvu zile alizipata wapi. Kwani kwa hakika hakuwa akila sana. Chakula chake kikuu kilikuwa ni viazi tu vya kuchomwa, ama maboga ya kuchemshwa na mboga za majani zisizoungwa hata kwa mbegu ya bangi. Basi mimi na Nandi tukawa kila mara tunajitahidi kushindana naye kazini. Lakini wapi! Mpaka kufa kwake hakuna hata mmoja kati yetu aliyewahi hata kukifikia tu kiwango chake cha kazi. Sifa zake zikaenea kijijini kama moto katika nyasi kavu, hata ikawa kila tulipokwenda watu waliambizana, 'Aa, hao si watoto wa Nyamidze hao!' Na laiti mmoja wao angeuliza, 'Nyamidze yupi?' basi angeambiwa, 'Si yule wa mji wa Kazembe ajilimishaye usiku na mchana!'

Sielewi kama waliyasema hayo kwa kusifu ama kwa kushutumu, bali wakati wote nilihisi kwamba nyumba yetu haikupendwa kijijini. Kwanza sikuelewa sababu zake, nikadhani labda tulikuwa tukionewa wivu tu shauri ya mapato yetu ya mavuno ambayo kila mwaka yalishinda ya wengine. Lakini baadaye nilipokua na kufikia kimo cha kuweza kuelewa na kutambua mambo nilianza kusikia mengine ya ajabu. Wakati huo nilikuwa tayari mwanafunzi katika shule ya msingi hapo kijijini; shule ya wamisionari. Kwa vile hatukuwa na mifugo, na kwa kuwa mzee wangu alikuwa ametembea sana hata akajua thamani ya elimu, nilipata bahati ya kwenda shuleni wakati ambapo wenzangu wengi kijijini walikuwa bado wakishughulishwa na uchungaji. Bahati yangu ikawa imeniandama hadi huko shuleni, nikafanya masomo yangu vizuri hivi kwamba hata walimu wakanipenda kuliko wenzangu. Na kama kawaida ya malimwengu, jambo hili halikuwapendeza sana vijana wenzangu. Wakaanza kunichukia, kunifitini na hata kunitusi mara si haba! Kwanza sikujali; nikadharau, japo nilibakia mpweke. Lakini siku moja mmoja wa rafiki zangu wa zamani aliponijia baada ya ugomvi akaniambia, "Baba yako ni mchawi, na hiyo hirizi unayoivaa ni ya madawa ya kufaulu mtihani!", nilianza kujiuliza maswali mengi. Ni kweli kwamba nilikuwa navaa hirizi, hirizi niliyopewa na mama kama kinga ya maovu ya watu kijijini. Sikuwa na wasiwasi juu ya hirizi hii kwani nilijua kwamba watoto wengi kijijini walikuwa na kawaida ya kuvaa hirizi kama mimi. Lakini chuki yote hii ilitoka wapi? Bila shaka kulikuwapo kasoro mahali fulani. Niliamua kutafiti.

Siku zile baba alikuwa kama mgeni nyumbani; kiumbe wa kutisha. Tukiwa na mama nyumba ilijaa hoihoi. Siku za mvua tungeketi kando ya moto na kukaanga mahindi. Bisi ambazo zingetanzuka waridi nyeupe za wanga zingeshabihi cheko zetu zilizosababishwa na vitendawili na michezo maridhawa iliyoitawala nyumba muhula huu; tukapata amani ya kweli. Lakini ngoja aingie baba! Lahaula! Uhuru huo uliyeyuka ghafla. Hadithi zilikatishwa katikati na vitendawili vilivyotegwa havikuteguliwa. Watoto tulisalia tu kujikunyata kiambazani, mbali kabisa na mzee, mithili ya panya mbele ya paka. Hivyo basi ikawa tumemzoea mama hata tukamtegemea yeye zaidi kwa shida zetu zote. Mathalani kama tungetaka ruhusa ya kufanya jambo basi tungezungumza na mama kwanza ambaye kisha angetuwakilisha kwa mzee mwenyewe. Kwa hivyo hadi kufa kwake siwezi kusema kwamba nilimfahamu vyema Mzee Kazembe. Aliaga dunia akiwa yungali mgeni kwangu.

Na baada ya kuyasikia yote hayo kijijini kama kawaida nilimwendea mama nikamdadisi juu ya ukweli wa maneno hayo. Iwapo mama aliufahamu ukweli halisi wa mambo na alinificha siwezi kusema; lakini mbele yangu alikataa katakata, akasema kwamba hayo yalikuwa ni ya walimwengu wasiochelea kuzua maneno ya kuharibu sifa ya mtu na kumwangamiza yeyote ajitokezaye kujivunia jasho la juhudi yake.

Nilimwamini mama, na maneno yake yalinipa imani. Sikuyajali tena yale yote yaliyosemwa juu yetu, nikakabilisha roho hata nikaendelea vizuri na masomo yangu mpaka nilipomaliza kisomo cha msingi. Mitihani ilinijia wakati nimeshikwa na homa kali lakini kwa vile nilikuwa nimejitayarisha vizuri tangu awali haikuwa migumu sana kwangu, japo wenzangu wengi walilalamika na kuguna. Na kwa kweli kati ya wanafunzi arobaini na watatu tuliofanya mitihani hiyo ni mimi tu niliyefuzu kiasi cha kuweza kuchaguliwa kuingia kidato cha kwanza katika Shule ya Sekondari ya Tumbi huko pwani. Ndugu walitukalia joshi; mengi yakasemwa juu yangu na nyumba nzima wa sababu ya ushindi huu. Wengi walisema tumehonga, wengine wakasema tumeloga, na kadhalika. Lakini sikujali; mama alikuwa amenihakikishia kwamba hatukuwa na hatia na nilimwamini.

Tumbi kulinituliza mawazo nikaendelea na masomo vizuri kabisa. Nilikuwa mbali na nyumbani; mashaka na chuki zote za majirani zilikuwa ni vitu nilivyovikumbuka tu kwa mawazo. Japo niliporudi likizoni niliweza kuhisi kijicho na uhasama vikichemka rohoni mwa majirani, lakini sasa ndugu hawa hawakuthubutu kunijia na kunisema kama ilivyokuwa kawaida yao. Elimu yangu na umbali wa kule nilikosomea vilinifanya mgeni kwao. Mambo yakawa shwari kwangu hadi usiku mmoja mwanzoni tu mwa mwaka wangu wa mwisho sekondari.

SURA YA 2

Usiku ule niliamka ghafla kutoka katika usingizi wa jinamizi nikaangalia huku na huko, lakini hakukuwa na kitu chochote kilichotikisika wala kutembea. Hivi nipo wapi? Nilijiuliza moyoni kwa fadhaa. Akili ikanizunguka. Jasho likanitoka chapa. Wanafunzi wenzangu walikuwa wamelala fofofo. Niliweza kuwasikia wengi wakikoroma polepole, nikawaonea wivu. Ni njozi tu, nilijiwazia moyoni. Katika njozi hiyo niliwaona watu watatu waliokuwa uchi wakikaribia kitandani pangu. Nilijaribu kugundua sura zao, rangi, hata taifa, lakini sikuweza. Sikuweza hata kutambua kama walikuwa wanaume ama wanawake. Hali zao zilifichika. Nilipoamka wote walitoweka.

Nikaiangalia saa ukutani; ilionyesha saa kumi na nusu alfajiri. Nikakata tamaa ya kuendelea tena kulala. Nikaondoka kitandani, nikajifunga taulo kiunoni na kwenda kupiga mswaki. Niliporudi nilikwenda dirishani nikabakia kuliangalia giza likifukuziliwa mbali na miale ya jua lililochipua kwa utukufu katika uvimbe wa mashariki wa ardhi. Ilikuwa alfajiri njema kwa wastani yenye hali nzuri ya hewa. Anga lilivaa rangi ya samawati, na upande wa kaskazini mawingu machache yakawa yanaambaa kuelekea magharibi. Mahali pote palikuwa kimya kabisa ila kwa kelele ndogondogo tu za maji ya msalani. Majengo yalionekana kama mahame.

Ilikuwa bado majuma mawili shule ya Tumbi imalize muhula wake wa kwanza, na wanafunzi wengi walikuwa wakingoja kwa hamu fedha za matumizi safarini kutoka kwa jamaa zao. Nami nikawa mmoja wao, japo tumaini langu lilikuwa dogo sana. Kwani kwa kawaida baba hakuwa na tabia ya kutuma fedha kwa posta. "Njia za Wazungu haziaminiki," alizoea kusema. "Nilituma shilingi zangu hamsini zikapotea hivi hivi!" Hata hivyo tuliendelea kutumaini.

7

Basi baada ya kengele ya kwanza wanafunzi wenzangu wakawa wameamka pia, tukangojea kengele ya pili tukastaftahi. Chamsha kinywa chenyewe cha uji moto moto na kipande cha bofulo kilitutosheleza kabisa.

Baada ya robo saa tuliingia darasani tukahudhuria vipindi vinne vya kwanza kama desturi. Saa nne kamili tukatoka kupumzika kabla ya kuingia vipindi vingine vitatu na kumaliza masomo ya siku ile. Nilikuwa naelekea kwenye ubao wa matangazo kuona kama kulikuwa na lolote jipya siku hiyo, niliposikia jina langu likitajwa na jamaa waliokwisha wahi hapo. "Gusto kapata simu!" alitamka rafiki yangu John. "Atavuta sigara leo!"

"John, wee," alisema Rajabu aliyekuwa karibu yake, "Mtu akipata simu si lazima apate fedha; hata simu za kifo zipo!"

Na John hakuwa kijana wa kuwa radhi kuadhirika kwa urahisi hivyo, akamjibu kwa shere, "Hukunielewa nini yakhe? Una baridi yabisi nini, kaka?"

"Vipi, wazee, mbona mwatoleana maneno ovyo hivi?" niliwaingilia kati.

"Aa! Bwana wee, dunia hii ina makubwa! Watu hamwezi kuelewana hata kidogo. Chanzo chenyewe ni kitu kidogo sana," alieleza Rajabu. Alikuwa kijana mwenye siha nzuri kwa wastani. Akanionyesha kijikaratasi ubaoni. Kiliandikwa hivi:

Barua za Rejesta:
1. Hamisi Sefu
2. Rajabu Masudi
3. Mohamed Rai
Simu:
Gusto Kazembe

Mshale wa furaha uliuchoma moyo wangu nikatetemeka kwa tumaini. Lakini hali hii haikunitua, kwani mara nilianza kuwa na mauzamauza. Haikuwa kawaida ya mzee kuniletea fedha kwa simu. Imekuwaje leo hata akazileta kwa njia hii? Kwanza hata hiyo simu yenyewe sidhani kama aliifahamu. Ni nani ambaye angeweza kumweleza baba atumie njia hii?

Saa kumi ilipowadia nilikuwa mwanafunzi wa kwanza kuingia katika ofisi ya shule. "Shikamoo, bwana" nilimwamkia afisa aliyekuwemo humo.

"Marahaba, Gusto. Wasemaje?" alinijibu akiniangalia kwa makini. "Nimeona jina langu kwenye tangazo lako kwamba nimepata simu, na sasa nimekuja kuichukua," nilimweleza nikiipigapiga meza kwa vidole.

"Ohoo! Basi subiri nikutafutie." Alivuta kishubaka akatoa jalada lenye rejesta na simu zitakiwazo kuchukuliwa.

"Gusto Kazembe, ee? Hii hapa, kijana!" Alinipa bahasha yenye muhuri mwekundu badala ya stampu.

"Asante sana," nilisema kabla ya kuondoka.

Niliondoka ofisini hapo kwa haraka nikaenda darasani na kuifungua bahasha hiyo. Mikono yangu ilikuwa na jasho ikitetemeka kwa wasiwasi. Kilichokuwemo ndani kiliufanya moyo wangu uingiwe na ubaridi wa hofu. Mlikuwa na kijikaratasi kilichoandikwa hivi:

GUSTO BABA MAHUTUTI NJOO HARAKA KITAMBI

Yaelekea hali yangu ilibadilika visivyo, kwani John aliitambua, akauliza, "Je, kuna nini?"

"Chukua ujisomee mwenyewe!" Nilimpa karatasi ile.

"Oo! Sasa utafanyaje?"

"Itanipasa niende haraka!"

Mwendee Mwalimu Mkuu sasa hivi basi. Mwahi kabla hajaondoka!" John alikuwa kijana wa fikara nyepesi na njema; wakati wa shida alikuwa mfariji wangu mkubwa.

Nilimkuta Mwalimu Mkuu ofisini mwake akijishughulisha na kazi zake za kawaida. Baada ya kumweleza shida yangu na kumwonyesha simu ile alisema, "Unataka kuondoka lini?"

"Ingefaa niondoke kesho kwa gari la abiria liondokalo Dar es Salaam saa moja asubuhi na kufika Iringa siku hiyo hiyo. Hivyo nitaweza kufika nyumbani upesi."

"Vizuri. Basi leo, baada ya chakula cha jioni, mwendee mpishi mkuu na kumwonyesha karatasi ii naye atakutengenezea pamba ya njiani."

Baada ya hapo aliniandikia waranti ya safari kwenda na kurudi. Kisha alisema, "Haya Gusto, nakutakia safari njema. Ninalo tumaini kwamba utamkuta mzee wako yu mzima wa afya. Kwaheri!" Alinipa mkono akiniangalia kama baba amtumaye mwanawe katika safari ndefu ughaibuni.

$*$ $*$ $*$ $*$ $*$

Ilikuwa saa kumi na moja jioni siku ya pili tulipofika Njombe. Mawingu mazito yalikuwa yametanda anga lote, giza likawa linaguia taratibu. Njombe ilikuwa haijabadilika hata kidogo; kila kitu kilikuwa kama kilivyokuwa nilipoondoka mwezi Januari. Barabara kuu haikuwa na watu wengi na magari yalipita kwa nadra.

"Iko taka nini, bana?" aliniuliza Patel nilipoingia dukani mwake.

"Bwana, nataka teksi inipeleke Kitelevadzi."

"Kama iko fika Kitelevadzi iko lipa silingi therti-siksi." Lakini baada ya kumweleza shida yangu na kumbembeleza kwa muda alinipunguzia hizo shilingi sita nikamlipa therathini kamili.

"Delefa," alimwita kijana mrefu aliyekuwa ameketi ndani ya gari dogo akichezea usukani.

"Iko endesa hii mutu paka Kitelewazi, shikia?"

"Ndiyo, bwana!" kijana alimwitikia akitoka na kulichukua sanduku langu na kuliweka katika kiti cha nyuma. Kisha aliniashiria niingie ndani ili tuondoke.

Ilikuwa safari ya mang'amung'amu kwangu. Tulifika Kitelevadzi saa tatu usiku. Giza lilifunga lakini niliweza kuifuata njia ya nyumbani bila shida kubwa sana.

"Karibu!" niliitikiwa na sauti nyororo ya dada Nandi nilipobisha mlangoni. Alitoka chumbani kwake na taa ndogo akaiweka mezani sebuleni. Akaja akafungua mlango.

"Gusto!" alimaka akinipokea sanduku na kwenda nalo chumbani kwangu. "Habari za safari?"

"Safari ilikuwa njema, dada. Baba vipi? Kapata nafuu kidogo?" Sikutegemea jibu jema.

Nandi akasema kwa huzuni, "Hali yake si njema hata kidogo. Jana hakuweza kuamka kitandani wala kusema lolote. Alikuwa akikutaja sana juzi na umefanya vizuri kuja mapema, kwani natumaini kuna jambo la muhimu sana analotaka kukueleza. Anahofia kwamba uhai wake umemwishia. Mama na jamaa wengine wapo huko chumbani kwake wakimwuguza."

"Kaka Rafaeli yupo pia?" nilimwuliza kwa moyo mtulivu sasa.

"Hata. Tangu baba aanze kuugua amefika mara moja tu. Tokea hapo hatujamwona tena!"

Sikustaajabu kusikia hivyo kwani kaka Rafaeli, cha udere kwa mama, alikuwa ndiye mwana mpotevu wa familia. Maishani mwake hakumjua baba wala mama. Tena alikuwa bahili asiyesikia la mtu. Hatukumjali sana lakini tulimwonea huruma mkewe na watoto. Walikuwa wakipata taabu zisizo kifani. Fedha zote alizozipata kutoka katika mauzo ya pareto alizifukia ardhini. Na kwa nadra sana alikunywa pombe ya kununua. Mtoto wake kifungua mimba ilimbidi aache shule katika darasa la pili kwa kukosa karo. Sasa alikuwa akifanya kazi ya upishi kwa mzungu mmoja aliyepata bahati ya kumfahamu alipokuwa huko shuleni. Huyu ndiye aliyemsaidia mama yake katika kuwavisha nguo ndugu zake wadogo na kutoa fedha ya matumizi nyumbani.

"Basi ngoja nikawapashe habari kwamba umefika," alisema Nandi akitoka.

Alirudi baada ya muda si mrefu. Akasema, "Unaweza kwenda sasa. Mzee anaweza kuzungumza, na anakusubiri kwa hamu. Acha kitanda; nitakitandika. "Alinipokea mablanketi na mashuka nami nikatoka na kwenda chumbani kwa mzee.

Watu wengi kidogo walikuwamo chumbani humo. Nilipoingia waliniachia nafasi nikamsogelea mzee kitandani. Nilimwinamia nikasema, "Nimefika,mzee wangu." Maneno hayo yakawa na nguvu za ajabu. Mara ile mgonjwa alinyanyuka akakaa kitako kitandani akiniashiria nimpe mkono. Aliubusu; midomo yake ilikuwa na joto kali.

"Gusto!" alizungumza taratibu, "Siku zangu zimekwisha. Sidhani kuwa nitaishi zaidi." Sauti yake ilikuwa ya kukwaruza kidogo. Sikuwa na la kumjibu akaendelea kusema, "Nilikuwa nikishikilia uhai kama mpanda farasi ashikiliavyo hatamu za farasi mtoro ili nikuone kwa mara ya mwisho, mwanangu. Na sasa naweza kufa kwa amani." Alipumzika kidogo akinikagua. Sikuweza kumwangalia usoni.

Kisha aliomba maji ya kunywa na mama akalichukua birika mezani akajaza maji ndani ya bilauri ndogo; akampa. Mzee aliyanywa maji hayo kwa gugumizo moja; akahema kwa uchovu. Kisha aliwapungua mkono waliokuwepo akiwaashiria waondoke. Tulipobaki wawili tu mzee alinishika mkono kwa nguvu hata nikahofu angefia mikononi mwangu! Alisema, "Mwanangu, nakuachia kazi kubwa. Ni urithi mkubwa ukiutumia vema; bali pia ni mirathi ya hatari usipojihadhari nayo. Nakuachia dawa zote na milki yangu katika mizungu ya sihiri!"

Hapo nilishtuka nikamaka, "Baba...!"

"Najua hukulitegemea hili, mwanangu! Lakini hakuna mwingine wa kunirithi!" sauti yake ilikuwa ya kutetema yenye amri. Alisema, "Jina lako nimekwisha lipeleka mbele ya wenzangu. Watakapokuja usishangae."

Nilipanua kinywa kulalamika lakini hakikutoka chochote. Nilipigwa na butwaa nikashindwa la kufanya. Mawazo yalianza kuvurugika. Nilijaribu kuwaza juu ya tatizo hili lakini akili yangu haikuwa sawa. Nilikuwa na wajibu wa kumtii baba katika mambo yote. Bali hili lilizidi kiasi. Lilikuwa zito mno! Ingawaje skulini tulihimizwa kuhifadhi utamaduni wa Mwafrika jambo hili lilikuwa mbali kabisa na mwito huu. Uchawi! Mimi mchawi! Nilishindwa kuelewa ingewezekanaje! Nilijaribu kujiona mwenyewe kati ya kundi la wachawi, damu ikakimbia kasi mwilini! Jasho jembamba lilinitoka na roho ikadunda mbio!

Lakini mzee aliendelea kusema kwa sauti ya uchovu kuwa ilinilazimu kuwaangalia sana watu wawili - Mjomba Kapedzile na Mzee Malipula. Uadui wake na Kapedzile ulitokana na daawa ya shamba hapo zamani kabla hata mimi sijazaliwa. Na Malipula ulikuwa si ugomvi wa kawaida; wao ulikuwa ugomvi ulitokana na ushindani katika jambo fulani ambalo sasa nilitambua kuwa ni uchawi! Na sasa baba alihofia kuwa baada ya kifo chake jamaa hawa wangefanya mambo kikoa ili watuangamize sote.

Kisha alisema, "Usidhani nakutoa masomoni; hasha. Endelea tu; elimu itakusaidia sana maishani mwako, mwanangu. Fedha ya kukusaidia nimemwachia mama yako. Lakini nakuonya jambo moja: Usiache upole ukutawale; hutakwenda mbali maishani…" Sauti yake ilianza kufifia pole pole nikatambua kuwa alikaribia kuzimia. Na kwa ghafla alianguka kitandani na kope zake zikafungika taratibu. Niliuweka mkono wangu kifuani pake, lakini moyo wake ulikuwa haupigi tena!

Nilitoka nikamweleza mama juu ya wasia huu. Kisha mawazo yakaniandama. Sikujua ningefanya nini halafu. Kazi hii mimi sikuijua; wala sikuamini kabisa kwamba ilikuwepo duniani hapa. Lakini sasa ghafla nilikuwa nimeachiwa madaraka haya mazito. Laiti baba angekuwa hai bado ningekubali aninyime radhi kuliko kuipokea kazi hii. Na falaula ningefahamu tangu skulini juu ya jambo hili kamwe nisingethubutu kurudi! Lakini majuto ni mjukuu. Nilikuwa nimeangamia! Neno la akataye roho si la kukataa!

Alhamisi jioni tulimzika hayati baba na jina lake likaingia katika kitabu cha mizimu ya Kitelevadzi. Sikuwa na uchungu mwingi sana kwa kifo chake, kwani alikuwa mzee wa kutosha. Aliaga dunia akiacha familia yenye watoto watatu. Watoto watano waliomfuata kaka Rafaeli wote waliaga dunia mfululizo kila walipokaribia umri wa miaka mitano. Mimi nikawa wa saba kuzaliwa, na ni peke yangu niliyepona kati ya wenzangu watatu walionifuata. Mtoto wa kumi na moja na kitinda mimba alikuwa Nandi; mtoto wa kike pekee katika familia.

SURA YA 3

Juma lile zima tulikuwa katika shughuli za kuwapokea na kuwaaga wageni waliokuja kuhani matanga ya marehemu, na Jumamosi wageni wote wakawa wameondoka. Upweke ukatuingia. Lakini kwa bahati mama alikuwa mtu wa pekee. Alituchangamsha sote hata tukakaribia kuamini kuwa hatukufiwa. Tukaona kama vile mzee alikuwa amesafiri tu; angerudi baada ya muda si mrefu. Kwa hakika ujane haungekuwa mzito sana kwa mama.

Kwa sababu ya uchovu mwingi siku ile nilikwenda kulala mapema. Usingizi nao haukukawia, uliingia kwa fujo kama giza la mwezi mchanga liingiavyo katika nchi za tropiki. Mara nikawa katika ulimwengu wa ndoto.

Usingizi wangu ukakatishwa ghafla na mguso wa vidole vya mtu usoni pangu. Nilistuka nikaamka. Nilipotaka kuwasha taa sauti ya mtu ilisema, "Usiogope, Gusto. Ndimi Madoda, mtumishi wa baba yako katika milki yake. Nimetumwa nije nikuchukue na nikuongoze huko wenzangu waliko. Amka na tuondoke kwani muda ni mfupi."

Nilimwangalia aliyekuwa anazungumza nikidhani labda nimo ndotoni; nikamwona gizani. Alikuwa kijana mrefu na tarakiki sana. Kweli hakuwa mwingine bali Madoda. Sura yake ilikuwa haijanitoka bado. Tangu tulipochunga ng'ombe pamoja nilipokuwa kwa mjomba Utihama maumbile yake yalikuwa hayajabadilika.

Niliamka kwa wasiwasi, nikachukua nguo zangu ili nivae. Lakini Madoda aliniambia, "Na usivae chochote. Twendako watu hawavai nguo."

Nilitaka sana kumjibu lakini sikuweza. Nikaamua kumfuata kimya kimya.

Kijiji hiki kilitofautiana kidogo na vijiji vingine vilivyopakana nacho. Japo kilikuwa na nyumba karibu hamsini na tano hivi na wakazi kama mia tatu na tatu, nyumba zake hazikukusanyika pamoja kama vilivyo vijiji vya leo; zilifarakana sana; kijiji kizima kikawa na eneo la kilometa sita za mraba. Bahati kubwa ilikuwa katika usafiri. Ambapo katika vijiji vingine hili lilikuwa tatizo kubwa, hapa kwetu barabara ya kutoka Njombe kwenda Songea ilipita katikati ya kijiji. Pareto, zao la biashara, lilisafirishwa haraka katika majira ya kiangazi. Msafiri katika barabara hii alipokaribia kijiji alishuhudia mandhari nzuri ya nchi. Ardhi ilipambwa kwa mianzi iliyorembuka masika na pareto nyeupe ikanyunyizia utanashati wa theluji. Njegere na mihindi viliongeza chanikiwiti ya nchi.

Kwa upande wa mashariki, mbali sana na barabara, kulikuwa na mapangano makubwa ya vilima vya mawe. Yayumkinika kuwa vilima hivi viliumbika ghafla usiku mmoja hapo kale. Ingawaje wazee wote kijijini hawangeweza kukwambia ni lini, lakini wote walikubaliana kwamba jambo hilo lilitokea miaka mingi kabla ya maingilio ya Wapoma, ama Wangoni. Ndani ya vilima hivyo hadi leo kuna mapango makubwa yaliyogawanyika katika mwandamano wa mapango madogo madogo mithili ya nyumba. Kwa ndani kabisa kuna ukumbi mpana wa kuweza kuwaruhusu watu mia hivi na mifugo yao kukaa kwa starehe kabisa. Humo yasemakana waliponea Wabena wengi nyakati za utumwa, na vita vya Wangoni na Wadachi. Zama za mababu habari za mapango haya zilibaki ni siri ya wazee wa kabila, lakini leo umaarufu wake umebakia katika historia tu. Tulipokuwa watoto wachunga ng'ombe tuliyatumia mapango haya kama mahali pa kujificha tukicheza au kujikinga mvua. Mbali ya hili sikujua kama yalitumika vingine; lakini usiku huo tulielekea huko.

Tulipoukabili mlango wa pango Madoda alitoa ukemi ulioandamana na maneno fulani, nikamaizi kuwa hii ilikuwa ndiyo ishara yao. Punde majani na mizizi iliyouziba mlango iliepushwa kando, akatokea mzee mwanamume ameshika mwenge mkubwa mikononi mwake. Alituangalia kwa mashaka na alipotutambua alitukaribisha ndani.

Hali ya pango hili ilikuwa ya kutisha. Nilipoingia tu damu ilinisisimka; nikaanza kupata kizunguzungu cha muda. Ghafla hali yangu ilibadilika. Moyo ulipiga haraka; nikaingiwa na woga. Hata hivyo nilimfuata Madoda kama kondoo. Yule mzee aliyetufungulia mlango akaja nyuma yetu. Tuliyapita mapango kadhaa; tukafika ukumbini. Hapo palikuwa peupe kwa nuru ya fanusi ndogo iliyokuwa ikining'inia ukutani. Mbele yangu kati ya kina mama wazee watatu, alikaa bibi mmoja mzee sana. Nilimwangalia nikamtambua. Alikuwa ni Bibi Mvyele, nyanya yake Mwakihwelo. Kiti alichokalia kilikuwa maridadi sana. Baadaye nilimtambua kuwa ni kiti cha enzi pale na mzee huyu alikuwa ndiye kiongozi hapo.

Kwa upande wa kulia kulikuwa na wanaume wazee watano; kati yao ni Mzee Mavengi pekee niliyemfahamu. Huyu alikuwa mtani mkubwa wa mzee wangu; mtu mayale tena mjane. Na wote walikaa juu ya viti vifupi vya ngozi. Upande wa kushoto kulikuwa na kijana wa rika langu; huyu alikaa sakafuni kimya akituangalia. Ulikuwa ni mchanganyiko wa watu wa kutoka mbali na karibu, na wote hao walikuwa uchi wa mnyama! Ajabu ni kwamba japo mwenyewe nilikuwa uchi sikuwa hata na chembe ya haya mbele ya watu wote wale! Nikaongozwa kule alikokaa yule kijana mpweke; tukawa watatu.

Kabla sijakaa na kustarehe Mzee Mavengi alinijia na pembe, akanipa nilishike. Lilikuwa pembe jeusi la ng'ombe lililofungiwa shanga nyekundu na nyeupe kishinani. Ncha yake ilikuwa kali sana. Ndani mlikuwa na kitu kama tope jeusi lililokauka likagangamala sana. Lilinuka vibaya mno! Mavengi mwenyewe alisimama nyuma yangu akinishika mabega. Akaniamuru nifuate maneno yake. Kilikuwa ni kiapo cha uchawi ambacho kila mwanafunzi wa taaluma hiyo hana budi kukila kabla hajaanza kufundishwa lolote. Kiapo chenyewe kilikuwa hivi:

"Nye Misoha gya Vakuhu
Nye Vasehe yemwalonguwe
Nye vayangu yetulilumwi

Mpulihe! Mpulihe nene
Yendihwilapangila pahuta
Sindilalonga! Sindilalonga,
Nambi huhodza hela;
Idza apa dza baha!
Wone ndilemwe ulu- hadatu!
Ihipemb'ihi hinyanyage...!"

MAANA YAKE:

Enyi Mahoka wa Mababu;
Enyi wazee mliotutangulia;
Enyi wenzangu
Sikilizeni kiapo changu!
Sitasema wala kuwaza lolote,
La ndani ni la ndani!
Nishindwe mara tatu,
Pembe hili linichome moto..!

Nilipata taabu sana kukifuata kiapo hicho. Moyo wangu kamwe haukuwa katika maneno hayo. Nikaona naegeshewa mzigo ambao kabisa nisingaliweza kuubeba maishani! Niliwaza kuwa nikatae kukisema, nikajirudi. Kwani mpaka sasa nilikuwa nimeona mengi mno na wazee hawa hawangeniruhusu niende hivi hivi. Lakini pia sasa hamu ya utafiti ilinijia moyoni, nikataka kujua zaidi juu ya taaluma hii dhalimu.

Kisha hayo Mama Tumwene, shangazi ya rafiki yangu Uledi, aliinuka akanipa kipande cha nyama kilichokauka sana. Pia alileta ulanzi katika bilauri ndogo ya mwanzi. Mavengi akaniambia nile nyama hiyo na kunywa huo ulanzi. Hii ilikuwa ishara ya kwamba kiapo changu ni cha kweli. Nilitia wasiwasi katika nyama ile, nikataka kukataa kuila. Lakini macho ya Mvyele yalinitisha. Yalikuwa makali yaliyojaa ukungu mithili ya macho ya mzuka!

Yote hayo yalipomalizika niliruhusiwa kurudi kukaa mahali pangu. Mzee Mavengi akalirudisha pembe lile huko alikolitoa. Aliporudi Mvyele akasema maneno machache mfano wa hotuba. Alikuwa akinikaribisha. Alifahamisha kuwa yeye hakuwa kiongozi hapo, ila kaimu tu. Kiongozi hasa, alisema, alikuwa ni marehemu baba, na kwa vile cheo hicho hurithiwa nilikuwa sina budi kukichukua hapo baadaye. Akili ikazidi kunivurugika! Ingewezekanaje niwe kiongozi wa kundi ambalo uanachama wake tu ulikuwa utumwa? Nilihisi kivuli cha balaa kikinifuata kasi sana! Nikaambiwa nimfuate Mzee Mavengi. Alikuwa ameongozana na kina mama wawili kuelekea pango la pili. Pango hili halikuangazwa na taa kama ile ya ukumbini. Mwanga wake ulitoka katika pembe kubwa lililochomekwa ukutani. Mwanga wake ulikuwa na kijani dhahiri, na kila kitu kilichoangazwa nao kilibadilika sura. Kawaida ya vitu vilitoweka; kukawa na hali ngeni mithili ya kizushi. Pango zima lilikuwa na uzito wa hali ya mbalamwezi. Humo nilikalishwa kwenye kigoda; nikangojea kwa mauzauza lolote ambalo lingenipata.

Mzee Mavengi ambaye alikuwa ameingia ndani ya pango la tatu akarudi na kapu mfano wa pakacha lililojaa madawa yasiyoelezeka. Mambo yakaanza. Nilichanjwa kifuani; nikachanjwa mgongoni, na usoni, na vidoleni. Chale zilipotona damu nikapakazwa madawa aina aina. Waaidha Mama Tumwene alinivisha kitu kama hirizi hivi akawa anaimbilia taratibu:

Ukipatwa na adha
Sihiri hii ikutulize;
Ukionwa na hasidi
Fingo hii impumbaze;
Utende mambo kwa idhaa
Kago hii ikuongoze...

Na Mavengi akaniashiria nimfuate. Tukaingia ndani ya pango la tatu alikokuwa ametoka na kapu la dawa hapo awali. Kitu kimoja kikanishangaza. Kwani, ingawaje mapango haya hayana milango ya kufunga na kufungua, ilikuwa ni shida kwa mwanga wa pango jingine kumulika pango la pili! Kwa hiyo pango hili sasa lilikuwa na giza tii. Tulipofika kiambazani Mzee Mavengi aliniamuru nimngoje hapo, akaondoka na kupotelea gizani. Punde alirudi na kurunzi ndogo. Kwayo alinionyesha vilivyokuwemo ndani.

"Hii ndiyo mali aliyoiacha marehemu baba yako," alinieleza

mwanga wa kurunzi ulipokuwa ukitua juu ya vikapu kadhaa vilivyojaa makusanyiko ya uchafu wa kila aina. Katika kapu moja karibu yangu mlikuwa na mapembe matano, shanga nyeupe na nyekundu na manyoya kadhaa. Pia mlikuwamo mafuvu mawili. "Mafuvu hayo yana kazi yake tofauti," Mavengi alinieleza. "Hilo hapo ni kwa ajili ya malimilo. Baba yako aliweza kupata mavuno mengi na bora kutokana na madawa aliyofanzia fuvu hilo."

Sikuyaelewa maneno yake nikamdadisi kwa mashaka kama inawezekanaje fuvu kuwa na uhusiano wowote na shamba?

"Usiwe mtafiti, mdogo wangu," alinijibu kama mtu asiyependa kuulizwaulizwa sana juu ya kazi yake. "Kazi hii ni elimu iliyofichika. Utaielewa tu baada ya kufunzwa kwa muda mrefu."

Ni kweli kwamba nyumba yetu ilikuwa na bahati ya pekee kabisa katika kilimo, bahati ambayo kila mara niliihusisha na juhudi ya mama nasi sote pia. Lakini iliwezekana kukawa na uhusiano wowote kati ya bahati yetu na fuvu hili? Sikukubali hata kidogo. Lakini nikichelea hasira za Mzee Mavengi nilimeza harara ya ubishi nikakaa kimya. Kwani kwa yakini kiburi na utafiti wa mambo havikuvumilika katika jumuia hii.

Baadaye Mzee Mavengi alilichukua moja la yale mapembe matano akalionyesha kwangu akisema, "Unaziona shanga hizi?"

"Ndiyo."

"Na manyoya haya?"

"Ndiyo."

"Basi hili baba yako alilitumia kama ndege ulaya akiwamo kazini. Ndani ya pembe hili mna dawa ambayo mwenyewe alipoisemea maneno fulani aliweza kulipanda akapaa nalo angani."

"Lakini mbona ni dogo sana kulinganisha na kimo cha mtu?" Nilimwuliza kwa mashaka.

"Kama nilivyokueleza, yote hii ni elimu ya pekee. Ukiifahamu na kuitumia vizuri unaweza kuumiliki ulimwengu. Ni siku hizi tu Wazungu wamekuja na elimu yao ya uwongo na kweli wakawapotosha vijana wetu. Huko shuleni mnajifunza mambo kama haya?" Aliniangalia kwa dharau.

Nikajibu, "Tunajifunza mengi ya manufaa lakini siyo kuruka hewani juu ya mapembe ya ng'ombe!"

"Haya basi," alisema akilirudisha pembe lile kapuni. "Hiyo ndiyo elimu tuliyokuwa nayo Waafrika tangia awali. Lakini ajabu ni kwamba vijana wa leo wanaidharau na kuionea haya. Wanaionea haya jadi yao. Wanataka Uzungu badala yake!"

Maneno yake yalinikolea vema, nikajibu, "Ni kweli kuwa tunaikimbilia elimu ya kisasa, hiyo uiitayo ya Kizungu. Lakini kuna sababu kuu mbili. Kwanza, elimu hiyo ipo wazi kwa kila mtu. Hamna haja ya mwanafunzi kuchukua kiapo cha usiri wa elimu ajifunzayo. Pili, elimu hiyo ina madhumuni ya kuinua hali ya maisha ya binadamu kwa jumla, ambapo hii yenu ni kwa faida yenu binafsi na uharibifu wa wengine wasio na kosa."

"Wazungu hawapo mbali nasi katika mambo ya uharibifu, mdogo wangu," alinijibu akiniangalia kwa mzaha. "Hebu sikiliza jinsi wanavyouana! Hebu angalia mavyombo yao ya kivita! Nayo vile utasema yanasaidia kuinua hali ya binadamu?"

Nikamjibu, 'Matumizi mabaya ya kitu chema hayafanyi kitu hicho kuwa kibaya pia. Kadhalika elimu hii ya kisasa. Yamkini utakubaliana nami kwamba kuna wakati fulani umeshangaa kuona bomba zikitoa maji panapo mzungusho tu wa chuma kidogo; ama kuona watu wakipaa hewani ndani ya mashine kubwa kuliko hata nyumba; ama kusikia sauti za watu walioko mbali zikinaswa na kutoka vizuri kabisa katika chombo kidogo kiitwacho redio, na kadhalika. Huo wote ni ushindi wa sayansi, elimu ya kisasa. Lakini ya wapi mafanikio yenu; kama si vitisho tu hata watu wakawa hawawezi tena kujenga nyumba bora, kula chakula bora, kujiamini kazini mpaka kwanza mtu afike Bagamoyo, na kadhalika. Kwa jumla watu kuishi katika kiza cha woga wa kulogwa na sihiri; hayo ndiyo mafanikio yenu. Na iwapo kuwafanya watu wabaki katika ujinga, umaskini na maradhi ni kitendo cha maendeleo basi elimu yenu ina manufaa. La sivyo itapasa itokomelee mbali pamoja na maadui hao watatu wa taifa!"

Mzee Mavengi alionekana kutoyaamini masikio yake, akakaa kimya kitambo; ameduwaa. Kisha aliizima kurunzi yake akasema, "Huenda tumeishi kupindukia; la sivyo dunia imebadilika. Watoto wanaiongoza dunia. Hata hivyo nadhani kuna chembe ya ukweli na hekima fulani katika maneno yako. Lakini malau haya hayakufai hapa. Ni heri ukijikalia kimya. Umri wetu ni mkubwa mno kwa hayo na subira yetu katika kutafuta ukweli ni dufu!"

Tulimaliza kulivinjari pango lile. Tukawa tunarudi kwenye pango la madhehebu. Humo tuliwakuta wale kina mama wawili wakijiburudisha kwa togwa moto moto iliyofuatana na nyama iliyokaushwa. Walipomaliza tuliondoka sote tukaelekea ukumbini. Huko tukawakuta jamaa tuliowaacha wakipoteza wakati wao kwa kunywa ulanzi. Tuliketi tukatulia.

Mvyele akasimama; akasema, "Ni furaha yangu kuona wote mmehudhuria makutano haya ambapo twamkaribisha mrithi wa mwenzetu ambaye dunia haikupenda aendelee nasi. Mahoka wamempokea vema kwao. Kama mjuavyo, madhehebu hasa hayajaanza. Mambo yenyewe yatafanyika hasa Jumamosi ya juma la pili tangu leo. Na kufuatana na jadi yetu mgeni wetu itampasa ajiandae kutoa kipongo. Na ili dawa ziweze kufaulu kipongo huyo ni sharti awe wa damu..."

Ingawaje maneno yake yalikuwa katika mafumbo nilielewa alitaka kunena nini. Mara nikakumbuka wosia wa baba: usiache upole ukutawale, mwanangu... Je, hawa walitaka nini? Nimtoe ndugu yangu kafara kwa mambo ya kishenzi haya? Hata kidogo, nilijisemea moyoni. Wataniua miye kwanza kabla hawajagusa hata unywele wa ndugu yangu...!

Usiku wa manane, kabla jogoo hajawika, Madoda alinifikisha nyumbani. Akaniaga mlangoni mwa chumba changu na kuondoka akielekea makwao. Nilipofika ndani niliipukuta miguu yangu kwa gunia lililotumika kama zulia. Nikalala. Usingizi ulikawia sana kuja. Wakati wote huo nikawa nawaza juu ya makutano yale. Nilishindwa kujizuia. Mwanga ule chanikiwiti ulirudi tenda akilini; nikatetemeka kwa hofu. Mafuvu na mapembe yale niliyaona mbele yangu wazi kabisa. Ulikuwa usiku wa jinamizi tupu! Nikashangaa yote haya yangeishia wapi!

SURA YA 4

Jumapili ile nikaamka nimechelewa sana. Jua lilikuwa juu angani; miale yake michache ikaweza kupenyeza nyufa za dirisha ikakiangaza chumba. Kukawa kweupe kabisa. Niliondoka kitandani nikaenda jikoni. Huko nilimkuta Nandi akinitayarishia kifungua kinywa. Nikamwomba radhi kwa kuchelewa kwangu kuamka; akajibu kuwa eti alifahamu kwamba nilikuwa na kazi nyingi siku iliyotangulia. Hivyo, alisema, hakushangaa kuona nimechelewa.

Nikachukua maji; nikaenda msalani kuoga.

Niliporudi niliingia chumbani, nikavaa nguo zangu rasmi tayari kwenda kanisani. Si kitambo baadaye dada alileta kifungua kinywa katika sinia kubwa, nikalipokea nikisema, "Hivi mama amekwenda wapi?"

"Amekwenda kanisani," alinijibu akiondoa vitu mezani, kisha akasema, "Lakini kwanza alisema atapitia kwa Mama Tumwene.

Alipomtaja tu Mama Tumwene moyo ulinigutuka ghafla, bali sikuonyesha mabadiliko yoyote ya sura kwa Nandi. Nikajiuliza, je, yawezekana kuwa mama anafahamu maendeleo ya ukorofi huu? Au alikuwa na shida nyingine huko? Moyo haukunitulia.

"Ahaa," nikasema kwa utulivu huku nikitia chai katika kikombe. "Nimeshangaa kutomwona hapa asubuhi hivi. Si kawaida yake kuondoka hapa mapema."

"Tena ameondoka asubuhi sana," Nandi aliongezea huku akitia sukari katika kikombe changu cha chai. "Amesema ana shida huko. Sijui ni shida gani hiyo? Hakunieleza."

"Aa, labda wana shughuli zao nao," nilimwambia kumtuliza mawazo. Akatabasamu akionyesha meno yake meupe yenye mwanya mwembamba. Tabasamu lake lililoshabihi sana tabasamu la msichana Dina lilinifanya nimwulize, "Unafahamu lolote juu ya Dina?"

Dina alikuwa binti ya Mzee Malipula, mzee maarufu sana kijijini. Alikuwa msichana wa kimo cha kawaida, mwenye ngozi ya maji ya kunde. Uso wake wa mviringo kidogo ulipambwa na jozi ya macho makubwa na maangavu na pua ndogo aLikuwa mrembo wa kutosha. Aliporamisi aliweza kuonyesha meno yake yaliyopangana vizuri yakakosa mwanya. Umri wake ulikuwa miaka kumi na minane. Alikuwa anasoma kidato cha nne katika shule moja ya sekondari huko Morogoro. Shuleni, hasa darasani, alijulikana sana kwa akili zake timamu. Karibu katika kila mtihani aliwashinda wasichana wenzake mpaka baadaye wakamwonea kijicho. Kwa nje alikuwa msichana mwema, mchangamfu na mpole wa maneno.

Nandi akasema, "Yupo hapa hapa. Alifika wiki moja tu kabla yako. Hivi tuseme hujakutana naye muda wote huu?"

"Hata bado. Unafahamu kwamba nilikuwa na shughuli nyingi sana wiki nzima hii. Sikupata nafasi hata ya kutembea. Lakini mbona hakuja wakati wa msiba? Umewahi kukutana naye siku hizi za karibu?"

"Eee. Nilimwuliza pia juu ya jambo hilo. Akajibu kuwa hakuweza kuja kwa sababu ya uchungu mwingi moyoni mwake. Anaomba radhi. Pia aliandika barua; akaniambia nisikupe mpaka umetaka kujua kisa cha kutokuja kwake wakati ule." Aliyasema hayo huku akielekea chumbani kwake. Punde akarudi na bahasha nyeupe iliyotoa buhuri nzuri ya uturi. Kwa hamu nilinawa mikono nikaipangusa kwa leso ndogo. Nikaifungua barua hiyo taratibu kama nicheleaye kuwa vilivyokuwemo ndani vingepotea hewani laiti vingefunguliwa kwa fujo. Ilikuwa barua fupi tu katika lugha ya Kingereza. Ilisema hivi:

Gusto, wangu,

Nina uchungu wa moyo na masikitiko makubwa juu ya kifo cha mzee wako mpenzi. Habari hiyo ilinifikia kama pigo kubwa. Sikujua la kufanya! Unafahamu mwenyewe kuwa nilimthamini kama baba –baba mkwe.

Pole sana, muhibu. Nailewa hali yako ilivyo sasa. Usishangae kuona kuwa sikuja kabla ama baada ya mazishi; kwani natumaini unafahamu ubovu wangu. Singestahimili makutano yako nami katika hali hiyo. Kunradhi, Gusto!

Mara tu upatapo barua hii njoo haraka. Nina jambo muhimu la kukueleza. Na ...Ah! Maneno yamenipotea!

Dina.

"Kwa nini hukunipa barua hii mapema?"

Nandi aliacha kukusanya vyombo akajibu kwa fadhaa, "Si kosa langu, kaka, jamani. Dina mwenyewe alitaka nisikupe barua hii hadi umeniuliza lolote juu yake. Na unafahamu mwenyewe kuwa hujalitaja jina hilo mbele yangu tangu umefika, isipokuwa leo."

"Basi asante. Kamwambie kuwa asiwe na wasiwasi. Matanga yamekwisha na napenda kukutana naye mapema iwezekanavyo. Ikiwezekana rudini nyote leo baada ya sala, ee?"

"Haya; nitamweleza. Akikubali basi tutarudi sote hapa baadaye. Nikampe ujumbe gani?" Aliniangalia kwa tabasamu.

"Kamwambie tu namshukuru kwa barua yake; nitapenda kukutana naye mapema iwezekanavyo."

"Nitamwambia."

Sikukaa sana kanisani. Nikarudi kujitayarisha kukutana na msichana huyu niliyempenda. Ilikuwa kama saa tano hivi asubuhi. Jua lilikuwa kali. Nilitandika kitanda, nikapangusa meza na kukisafisha chumba vema. Sikupenda mtoto huyu aone makazi yangu si mema. Chumba chenyewe kilikuwa kati ya vyumba sita. Ukubwa wake ulikuwa meta tatu mapana na nne marefu. Kuta zake za matofali yasiyochomwa zilipakwa chokaa zikang'ara vizuri. Upande wa kulia kulikuwa na rafu ndogo ambapo nilijiwekea vitabu kwa maktaba ya nyumbani. Upande wa kushoto kulikuwa na kitanda kilichoambatana na ukuta. Na kati kati pakawa na meza ndogo ya mviringo niliyoitumia kama dawati na meza ya chakula kadhalika. Kwa mbele kukawa na dirisha la mbao ambalo ilinipasa nilifungue mchana kutwa kuruhusu nuru ya kutosha chumbani. Isipokuwa sebule, vyumba vyote nyumbani pale vilikuwa mithali ya hiki. Nyumba yenyewe ilikuwa ni ya paa la nyasi.

Kila kitu kilikuwa mahali pake. Nikaenda dirishani kuangalia mandhali ya nchi. Manyasi yote yalikuwa chanikiwiti. Bondeni makonde yalionekana kutandwa na ushungi wa majani mabichi. Mihindi ambayo ilikuwa imekomaa ilivutia, na ardhi ikaonyesha hali ya kukata. Mvua ilikuwa imenyesha alfaijri. Wanawake wawili wakitembeatembea na kuvunja mahindi kondeni mwetu walinivuta macho; nikawachunguza sana. Baada ya muda si mrefu walianza kupanda kilima wakielekea huku nyumbani. Nikawatambua. Walikuwa si wengine bali Dina na Nandi.

Walikaribia nikamwona Nandi amebeba furushi dogo lililofungwa kanga nyekundu. Kwa jinsi walivyokuwa wakija nilitambua kwamba walikuwa hawajaniona bado. Walikuwa wakicheka na kupigana kama watoto wadogo. Walipokaribia sana Dina aliinua macho, yakakutana na yangu. Hapo alistuka, akasita kidogo; lakini alijikaza kisabuni, akaja kama asiyeniona. Kwa kumwonea huruma niliondoka dirishani hapo nikaenda kuwangoja sebuleni.

Walipofika Nandi alisema, "Karibu ndani, bwana!"

"Asante,"nilisikia sauti nyororo ya Dina, lakini hakuingia.

Nikatoka nje na kumwuliza, "Mbona huingii ndani?"

"Nakuja!" alinijibu akikwaruza chini soli ya kiatu chake cha kuume; akaendelea kutazama chini kwa soni. Alikuwa amevaa viatu vyekundu vyenye visigino vifupi. Gauni lake jeupe la maua ya samawati lilikuwa la kubana kidogo; lilifika magotini. Nywele zake za singa alizilaza pembeni akiacha kijia kidogo upande wa kuume wa kichwa chake.

Nilimsogelea, nikamshika mkono, nikamwongoza sebuleni. Hapo nilimkalisha kitini, nami nikakaa karibu naye. Tuliangaliana kwa muda bila kusemezana lolote, kisha nikaupata ulimi wangu. Nilisema, "Habari za siku nyingi, Dina."

"Njema tu! Pole na m-si-ba..." Sauti yake ilianza kuwa na kigugumizi; halafu aliinama akafunika uso kwa kiganja. Akalia.

Nilimbeleleza kwa sauti ya mahaba nikisema, "Tafadhali usilie, Dina. Waniumiza moyo! Msiba umekwisha; kuna haja ya kutukumbusha tena?" Hakika kulia kwake kulinichoma ini. "Unafahamu kwamba hupendezi ukilia!"

"Nafahamu hayo, Gusto. Lakini mambo mengine hayaepukiki." Aliendelea kulia lakini baada ya muda alitulia. Nikachukua leso yangu mfukoni nikamfuta machozi. Baada ya muda Nandi aliingia amechukua bakuli iliyojaa ulanzi. Pia alileta bilauri mbili za kioo. Hivyo vyote aliviweka mezani, akatoka.

Nilitia ulanzi katika bilauri. Ya kwanza nikampa Dina na ya pili nikaishika mimi mwenyewe; nikakivuta kiti na kukaa karibu naye. Baada ya kukonga ulanzi mara moja niliweka bilauri mezani nikisema, "Dina, uliniambia katika barua yako kuwa una jambo muhimu unataka kunieleza. Hebu nieleze sasa."

Alijivutavuta kwa shida akasema, "Nadhani itanipasa nikuandike barua nikifika nyumbani."

"Na kwa nini usinieleze sasa hivi?"

Aliniangalia lakini macho yake yalipokutana na yangu alitazama chini kwa soni. Nikamwuliza, "Hivi Dina, kwa nini uone haya mbele yangu?"

Alitabasamu kwa soni; akaiweka bilauri mezani. Alisema, "Kweli ni jambo la maana na la haraka mno. Nitakueleza hivi."

"Naam!" nilimwitikia.

"Nataka niwatahadharishe. Maisha ya familia yenu na yangu pia yapo alama tu ukijihadhari na yanayowazunguka." Alinyamaa kidogo akaacha hayo yaingie. Kisha aliendela, "Juma lililopita, baada ya msiba wa mzee wako, mjomba wako Kapedzile alikuja kwetu usiku akazungumza na baba faragha. Lakini kwa bahati mahali walipokuwa wakifanya baraza palikuwa karibu na msalani na mdogo wangu alikuwemo humo. Aliyasikia yote."

Alipumzika kidogo akanywa ulanzi. Nikasema, "Ehe waliyasema yapi?"

Akavuta pumzi kwa nguvu. Akasema "Mjomba wako alieleza kwamba kwa kuwa baba yenu hayupo sasa kutoa ushahidi alimwomba baba amsaidie ili aweze kulipata lile shamba lenu la pareto kule Mkomazi. Aliendelea kusema ikiwa maneno matupu yatashindwa basi lazima atatumia mitishamba kuwaondoa nyie wote katika njia yake!"

Aliniangalia kwa huzuni akafunika uso wake.

Sasa alilia kwa kwikwi akisema, "Oo, Gusto ikiwezekana waachie shamba hilo. Sitaweza kuishi duniani hapa bila wewe! Nikupendavyo siwezi kabisa kustahimili maneno ya husuda hivyo yasemwe juu yako! Oo, tafadhali, Gusto!"

Nilimtuliza, nikasema, "Usiwe na wasiwasi hivyo, Dina. Ni vigumu sana kwa wenye nia mbaya kuishi duniani hapa kuiona siku uchu wao wa uovu uzaapo matunda. Na wanaofanikiwa huja kuzilaumu nafsi zao hatimaye."

Dina alitulia, akaniangalia kwa mshangao.

Macho yake yalikuwa mekundu kwa kulia, lakini soni zote zilikuwa zimetoweka. Mwisho alisema, "Gusto, naona unalichukulia swala hili zima kama utani mtupu!"

"Mtegemea Mungu si mtovu, Dina!" Na niliuamini kwa dhati msemo huu.

Akajibu, "Lakini hutambui kuwa Mungu huwasaidia wale tu wajisaidiao?"

"Vema! Lakini mbona hatujui nguvu za adui za kuyatimiza maneno yake? Tutaanzaje kujitetea kwa jambo la mazungumzo tu?" Sikuamini kabisa kama mjomba Kapedzile angeweza kutufanyia uovu kiasi hicho.

"Haya, shauri lako! Lakini usije ukasema sikukueleza…!" Dina alikuwa amekasirishwa na kukatishwa tamaa na msimamo wangu katika jambo hili.

Hakukaa sana; akasindikizwa na Nandi.

Walikuwa wameondoka kitambo kirefu mama alipofika. Akanikuta nje nasoma kitabu. Akaniuliza "Nandi hajarudi bado?"

Nikamjibu, "Amekwisha rudi tayari"

"Amekupikia chakula?"

"Amenipikia."

"Na sasa amekwenda wapi?"

"Amekwenda kumsindikiza Dina. Walirudi pamoja kutoka kanisani."

"Ohoo!" Halafu kama aliyesitushwa na jambo la ghafla alisema, "Dina yupi? Si yule binti ya Malipula?"

"Ndiye huyo."

"Ahaa! Hii ni ajabu! Baba yake anataka kutusihiri na kutuondoa ulimwenguni hapa na bado anamruhusu binti yake aje kwetu!" Alisema hayo akiingia chumbani kwake. Hali yake ilionyesha wazi kwamba alikuwa amekunywa kidogo, kwani haikuwa desturi yake kusema sana akiwa hajanywa. Akatoka chumbani amevaa nguo zake za kazi: gauni jeupe kuukuu na kanga nyekundu.

Alikaribia nilipokaa akasema, "Mwanangu, leo asubuhi nilikwenda kwa Mama Tumwene kuulizia kifo cha baba yako. Uganga unasema kuwa kifo chake kimetokea si kwa mapenzi ya Mungu, ila kwa michezo ya binadamu wafaidio kuwaona watu wakifa! Vile vile imesemwa kuwa mchezo haukwishia kwa marehemu. Wengine wetu watamfuata hivi karibuni!" Maneno hayo ya mwisho yalinistua sana. Alikuwa mtu wa pili huyu kubashiri hali ya baadaye ya maisha yetu! Je, hii inamaanisha nini? Nilijiwazia moyoni bila tumaini la jawabu.

Nikamwuliza Mama, "Hivi ni nani huyo atuchezeaye kama kuku wake?"

"Mwanangu wee, dunia ina mengi! Mtu yupo radhi kuwatoa ndugu zake kwa ajili ya fedha! Si mwingine ila mjomba'ko Kapedzile akishirikiana na mwenziye Malipula! Sababu yake nini? Eti wapate lile shamba letu la Mkomazi. Ekari chache tu za ardhi kwao zimezidi thamani ya maisha ya mtu!"

"Sasa tufanye nini? Tungoje tu kufa?" Nilianza kuamini sasa kwamba kulihali kulikuwa na kasoro mahali fulani.

"Mwanangu, mimi nimeonelea ni afadhali tuwaachie hilo shamba. Hatuwezi kuwa mafukara ghafla tukilikosa!"

"Mama, ukweli ni kwamba si shamba hasa wanalotaka ila maisha yetu. Hata tukiwaachia hilo shamba kamwe hawatatuacha. Tutaandamwa hadi tumechunwa ngozi!"

Akili ilianza kunivurugika, na haja ya kujitetea ikatawala moyo wangu.

"Sasa tufanye nini?" Mama alichezesha mabega katika hali ya kukata tamaa.

"Paka akionewa hujitetea, mama. Kwa nini nasi tusijitetee? Kwani hao nunda wala watu wameota pembe vichwani mwao? Si watu mithili yetu tu? Kwa nini tukubali kuonewa?"

Mama aliniangalia kwa mashaka; akasema, "Lakini nakuomba jambo moja, mwanangu. Usijaribu kucheza nao kwa madawa aliyokuachia baba yako. Fahamu kuwa wewe ungali mwanafunzi na wao ni mafundi! Watakuumiza bure, mwanangu! Sipendi nimpoteze tena hata mmoja wenu kabla sijafa!" alikaribia kulia nikamwonea huruma. Lakini wazo lilikuwa limekwisha kunivamia akilini....

SURA YA 5

Jumamosi, yapata majuma mawili baadaye, Madoda alinijia tena akanitaka nimfuate. Nje kulikuwa na usiku wa giza jepesi; hali ya hewa ikawa ni ya mawingu mawingu.

Kule mapangoni tuliwakuta wanachama wote wakingoja kufika kwetu. Nadhani hawangeweza kuanza lolote kabla ya kufika kwangu. Mvyele alitusalimu huku akitabasamu kidogo. Tulipoketi na kutulia mahali petu alisema, 'Ninawashukuru nyote mliohudhuria mkutano huu ambapo tunategemea kumwingiza mrithi wa mwenzetu marehemu Kazembe katika madaraka yamhalisiyo. Je, kila kitu tayari, mwanetu?" Akaniuliza.

Nilikubali kwa kichwa. Akasema, "Tufahamishe."

Nilisimama nikasema, "Kapedzile Mwanangoha!"

Watu wote wakashtuka kwa mshangao! Hawakutegemea hili! Lakini baada ya muda Mvyale alisema, "Ninavyofahamu Kapedzile ni mjomba wako, sivyo?"

Nilikubali kwa kichwa.

"Vema. Ni ukoo tunaotaka. Hatujali sana ni nani. Dawa yake itakufaa."

Akakatishwa na mzee mmoja aliyesimama na kusema, "Mwanetu, nielewavyo mimi Kapedzile ni mtu ajiwezaye. Ikiwa sikukosea, basi, itakuwa tunatafuta hasara zisizo sababu kwa kumchokoza mtu kama huyo. Kwa nini, mwanetu, usimtoe dada yako ambaye angefaa zaidi?"

Moyo uliniruka ghafla nikahema kwa hofu! Mvyele akaniokoa! Alisema, "Kwanza nilidhani hivyo pia. Lakini kitu kimoja kilinifanya nifikiri mara ya pili. Sote tunafahamu kuwa baba ya watoto hawa ameondoka siku si nyingi zilizopita. Na katika nyumba yao wapo watatu tu. Fikiria hata wewe mzee mwenzangu ni uchungu gani atakaoupata mama yao kwa kupotewa tena na mtoto licha ya mauko ya baba yao? Kwa jinsi nionavyo mimi ni ukatili usio kiasi! Kwa hivi naona uchaguzi wake ni sawa kabisa!"

Mzee mwingine akadakiza, "Maoni yangu ni kama ya Mtosi. Mimi kwa upande wangu naona ingekuwa vizuri zaidi kama mwanetu angemtoa yule mama yake kwani yu mzee tayari. Na kama ni shida ya kumpikia, dada yake atatosha kabisa."

Nilishikilia roho mkononi! Wazo la kumtoa mama kafara lilinitisha mno!

Baada ya majadiliano marefu na makali Mvyele alisema, "Mzee mwenzangu, natumaini hujasahau kwamba mwanetu yu masomoni? Huko kwahitaji ada, mavazi na fedha za matumizi na kwa yote hayo anamtegemea mama yake zaidi. Je, usemapo amtoe mama yake unataka ajiharibie maisha yake ya baadaye? Unajua wazi kuwa elimu yetu ni utamaduni unaokufa pole pole sasa. Na ni mjanja gani atakayechagua tunda lililoiva sana badala ya bichi lililokomaa iwapo muda atakapohitaji kulila ni mrefu?"

Maneno hayo yaliwaingia sana walioyasikiliza hata wengi wakayakubali kwa vichwa. Niliwaangalia wazee wale nione kama kulikuwa na wa kutaka kusema zaidi. Nilimhofia kaka Rafaeli! Nilikuwa na ithibati kabisa kwamba kama angetajwa Mvyele angeshindwa kumtetea. Na kama wengi wangemkubali basi ingetupasa tumtumie kwa kafara hili. Lakini waliozaliwa na bahati hurejea na bahati kaburini. Hakukuwa na mkono wowote juu. Nyumba yetu ilikuwa imefutahi kabisa! Moyo wangu ukatulia.

Mvyle akavuta pumzi ya ushindi. Alisema, "Kapedzile atatumika. Sasa mwanetu utaongozana na Madoda, Simbili na mzee mwingine kwenda nyumbani kwa Kapedzile huko Utihama. Ikiwa yupo hao wenzako wanajua la kufanya. Laa kama hayupo basi jaribuni kugundua alipo ili muweze kumkamata akirudi. Mavengi, utaongozana na watoto hawa na kutimiza mambo yote ya lazima."

Mzee Mavengi aliinamisha kichwa kwa heshima, akaondoka na kuingia katika pango la pili. Moyo ulinipapa kwa wasiwasi, kwani sikujua yapi yangetokea huko twendako. Ilikuwa karibu saa sita usiku hivi; anga likawa limetanda mawingu mazito. Ilionekana wazi kuwa mvua ingenyesha karibuni. Giza lililosababishwa na mawingu hayo likatufanya tuione njia kwa shida. Mzee Mavengi alitangulia. Akawa anaiwasha kurunzi yake kwa vipindi kuiona njia. Nyuma yake nikafuata mimi, halafu Madoda, Simbili na yule mzee mwingine. Tulikuwa na silaha na vifaa vingi. Mimi nilikuwa na kitara kilichonolewa vikali sana, kopo tupu, chupa moja wazi na mawe matatu madogo ya marmar.

Maskani ya Kapedzile yalikuwa mbali kusini ya mapango yale. Mjomba alikuwa tajiri wa kutosha. Nyumba yake kubwa yenye paa la bati ilizungukwa na ua mpana na nyasi. Isipokuwa kwa kelele ndogo ndogo za ng'ombe ndani ya boma lao masharikini mwa nyumba, mahali pote palikuwa kimya kabisa. Ingawaje kiza kilikuwa kizito, Mzee Mavengi alituongoza moja kwa moja mpaka nyumba ile. Milango ikafunguka yenyewe kila alipoimbilia utumbuizo fulani.

Bahati yetu ilikuwa kubwa. Kapedzile alikuwa kitandani akiteremea usingizi. Mkewe ambaye alikuwa ananyonyesha siku zile alikuwa amelala na mwanawe katika kitanda kingine. Tukakizunguka kitanda cha Kapedzile. Mavengi aliyesimama mchagoni alinuiza pole pole maneno haya mfano wa utumbuizo:

> Gone, Kapedzile, gone,
> Umwipwawo ihweluha
> Huwuvina wa mbepali
> Idanda yahoo yeyimala dzonda
> Nde usikeliye wigita Iwawuli?
> Avatehedzi vahuhaguwe;
> Gone, Kapedzile, gone…"

Maana yake: Lala Kapedzile… Kwa damuyo mpwa atapanda kuhani jadi ya mababu…

Haya yalipokwisha akuchukua mgwisho wake akanyunyizia dawa chumba kizima huku akisema;

"Mtane uhuludzela lunu! Petumalile pemulamuhage…!" maana yake: Msiamke mpaka tumemaliza!

Kimya kilichofuata siwezi kukieleza. Hata ng'ombe waliokuwa wakifanya fujo kwa miguu na midomo yao hapo awali sasa walikuwa kimya kabisa. Mzee Mavengi alituonyesha ishara tukamchukua mjomba usingizini. Kama mwanzo milango haikuhitaji kufunguliwa kwa mikono. Mavengi alipoimba maneno yafuatayo milango yote ilifunguka:

Mdinduhe nye milyango
Nye ndzidzi mulehe tuhelanidze;
Twiteguliye umunyigendwa vesu..."

Maana yake: Enyi milango fungukeni tupite tuliochukua dafina
za urithi...

Tukamchukua mahabusi wetu hadi nje ya kijiji mbali kabisa na
mapango yale. Huko tulimweka chini na Simbili akamwondoa nguo.
Tukakusanya kuni na kukoka moto. Mavengi aliyachoma yale mawe
matatu niliyoyachukua. Yalipoungua vya kutosha aliyachukua moja
moja kwa majani ya miti akayapitisha kwa ukatili mkubwa mwilini
mwa Kapedzile. Alikuwa anaimba hivi:

Gende, ve dadna, gende
Umwipwawo apigile uwuvina;
Avedze lukule;
Gende, yane danda, gende...

Maana yake: Damu tembea mpwao atambalie umwinyi...

Waaidha nilipewa kisu nikaonyeshwa sehemu za kukata.
Moyo wangu ulielekea kufa ganzi kabla! Damu ikawa imezizima
mwilini! Nilitetemeka kwa woga, Mzee Mavengi akanishika mkono
akanisaidia. Nilitema nikaondoa ngozi mviringo kutoka upande wa
kulia wa shingo. Damu iliyotoka ilinitisha; sikuweza kuvumilia!
Nilitupa kisu chini nikajipokonya kutoka mikono ya Mzee Mavengi
nikakimbia. Bali sikwenda mbali nikashitukia kupigwa na kitu
kigumu kisogoni. Lilikuwa ni pigo sawia; pigo lililonyooka. Niliona
vinyota vyekundu, nikasikia harufu ya damu; kukawa kiza tii...

Nilipozinduka nikajiona nipo nyumbani kwa Kapedzile
nimefungwa mikono na miguu. Kikundi chote cha watu watano
kilikuwa hapo. Kapedzile alikuwa amelala kitandani; maungo yake
yalikuwa yamekamilika! Mkewe na mtoto walikuwa katika dunia
ya usingizi. Wakati mmoja mama huyu aligeuka kubadili ubavu;
akasema usingizini: 'Mumlehe, nye, umunu vangu!' Akiwa na maana:
'Mwacheni mume wangu!' Kwa jumla mahali pote palikuwa kimya
kama tulivyopaacha tulipoondoka hapo awali.

33

Mzee Mavengi akatoa mgwisho wake, akasema:

Mupulihidze nye vambulugutu madede:
Ifwiliye lwa Nguluvi; mulatambulaga negwe
Nde muhatuwene muhadindile amiho,
Nde muhatupulihe mesemeage mbedzile;
Mulamuhage nu wupala wa luhala lwa mwana!

Maana yake: hatukumwua sisi; amekufa upinda... Aliyetuona; aliyetusikia, asahau...Aamke kesho na akili za kitoto...

Mvua ilikuwa imeanza kunyesha. Manyotanyota mazito yaliashiria dhoruba kali. Tulipofika pangoni miili yetu ilitiririka maji, baridi ikazidi kiasi! Ukumbini tukawakuta wazee wamekaa kando ya moto wakijisetiri baridi hiyo kali. Mavengi akamweleza Mvyele: "Yote tayari, lakini mwanetu alitishika, akajaribu kutoroka. Ilipasa tutumie nguvu kumtuliza."

"Vema. Sasa basi mfungueni na mumwongoze kwenye pango la madhehebu. Huko kafanyeni yaliyomo katika uwezo wenu. Mama Tumwene amewatangulia huko."

Mzee Mavengi alizikata kamba nilizofungiwa kwa kisu chake kikali akaniambia nisimame. Kichwa kilikuwa kinaniwanga kwa nguvu, lakini nilikipuuza nikasimama wima. Moyoni nikawa na wazo moja tu – kutoroka! Na wakati wa kutoroka, kitu fulani kiliniambia mawazoni: Wakati ni huu kabla hujaingizwa katika hilo pango la madhehebu; kwani ukisha chanjiwa madawa hayo ya uchawi utashi na uwezo wako wa kuchagua jema na ovu hupotea, ukawa mtumwa wa sihiri...!

Mavengi alikuwa amesimama hatua chache tu kutoka kwangu, ananingoja.

Niliangalia kushoto, kulikuwa na wazee kadhaa wameketi kando ya moto. Wote waliniangalia kwa mashaka. Nikaangalia kulia. Madoda na wenzie kadhaa walikuwa wamenikodolea macho ya tuhuma. Nikageuka kuungalia mlango; ulikuwa umezibwa kwa matawi na mizizi ya kutundama ya mti mwitu yenye majani mapana. Nje kuliniahidi uhuru - ahadi ambayo sikuweza kuibeza. Na mara ile Mavengi alianza kunisogelea nikaona wakati wangu umewadia.

Nilikurupuka nikauandama mlango, mbio. Yule mzee bawabu alinyanyuka alipoketi akajaribu kunizuia, lakini nilimpiga kumbo la bega akatetereka. Nikaufikia mlango bila taabu zaidi; nikayapenya matawi na mizizi kwa shida, nikatoka.

Nje kulikuwa na dhoruba ya mvua, giza nalo lilikuwa limekita. Nikawa nabahatisha njia. Juu ya mvumo wa mvua niliweza kusikia makelele ya watu, si mbali nyuma yangu. Moyo ukanikwama kooni kwa hofu! Giza lilikuwa ni balaa tupu. Mara moja radi ilimeka ghafla mbele yangu. Lakini faraja hiyo nayo haikukawia, kwani kiza kilichofuatia mmeko huo sijui nikifananishe na nini. Hata hivyo niliendelea kukimbia huku nabahatisha njia. Sauti zile zikawa karibu sana! Saa ile niliitambua dhiki ya kipofu, nikasikitika. Na ghafla mguu wangu ulinaswa na kitu mfano wa mzizi hivi, nikalingwa nacho; nikaanguka. Kichwa changu kilipiga kitu kigumu, kukawa kiza kamili...

Nilisisimka kwa baridi baadaye, nikaangalia huku na huko. Kiza kilikuwa bado kimefunga. Mvua ikawa inanyesha utadhani mbingu zimeania kugharik
i dunia hii iliyojaa kila aina ya ovu ikakosa upendo hata wa kimo cha punje ya haradali. Nilikumbuka nilikuwa nimefikaje hapa, nikawa nainuka ili niendelee na safari yangu. Nikasikia sauti ya mtu ikisema, "Usiogope, mdogo wangu. Nimewapoteza njia. Wamekufuata wakachoka. Wamerudi mapangoni."

"Mzee Mavengi!" Sikuyaamini masikio yangu, nikasema, "Nilikufikiria ndiwe adui wa kuogopwa kuliko wote!"

"Amka uende nyumbani!" Sauti yake ilikuwa kakamavu, yenye amri.

Nilianza kumshukuru, lakini mara alinikata kauli akasema, "Usiku ni mrefu, mdogo wangu. Mengi bado yatatokea..." Akaondoka na kupotea gizani kwa harara ya wakati. Miujiza bado itatokea duniani, nilijiwazia moyoni huku naondoka mahali hapo.

Nilipofika nyumbani punde baadaye, nikaingia chumbani kwangu kimya kimya. Chumba kilikuwa na joto la kupendeza, nikatambua siri ya binadamu kukazania majenzi ya maskani sitirifu. Nilijikausha mwili, nikaingia kitandani.

SURA YA 6

Usiku ule sikupata hata lepe la usingizi. Wasiwasi na kibuhuti vilicheleza kucha. Kila nilipojaribu kufumba macho sura ya mjomba ilinijia akilini nikamwona katika hali ya kutisha ajabu! Mara moja niliwahi kusinzia kidogo nikamwona anakuja na upanga akitaka kunikata! Mara niliamka na sikulala tena! Ili kupoteza mawazo na ndoto hizo mbaya niliwasha taa, nikaondoka kitandani na kwenda kwenye rafu ya vitabu. Huko nilichukua kitabu cha hadithi nikaanza kusoma. Japo nilipata shida sana kufuata hadithi yenyewe niling'ang'ania tu alimradi nipoteze fikara hizi chafu, japo kidogo.

Mvua ilikuwa imeanza kupusa sasa, lakini upepo wa mbisho ulivuma ukameza sauti nyingine zote. Ila juu ya mvumo huo nilisika mlio wa kengele. Sikuyaamni masikio yangu; nikasikiliza tena kwa makini. Sikudanganyika. Kweli sauti ile ilikuja tena, wazi kabisa sasa, nikatambua kuwa kulikuwa na hitilafu fulani kijijini. Hitilafu ya kifo.

Punde mlango wa chumba cha mama ulifunguka naye akatoka barazani. Alikaa kimya kwa muda mrefu na kisha akauliza, "Umelala?"

"Hata, nipo macho tu." Nilimjibu.

"Ohoo. Nimeshangaa kuona taa bado inawaka."

"Ahaa, nimejaribu kulala lakini usingizi umeniparama. Nikaona afadhali nijisomee kitandani."

"Ohoo. Umeisikia kengele hiyo?" Mvua na upepo vilianza kutulia sasa, na sauti ya kengele ikazidi kusikika vizuri zaidi.

"Eee," nilimwitikia. "Nimeisikia kwa muda mrefu sasa. Sijui kuna nini?"

"Bila shaka kumetokea kifo mahali fulani, na kifo chenyewe ni cha mtu mkubwa. Si kawaida ya mpiga kengele kuipiga kwa muda mrefu ikiwa aliyefariki ni mtoto mdogo. Na kifo chenyewe kimekuwa

cha ghafla kwani hakukuwa na mgonjwa kijijini siku hizi chache."
Alinyamaza akitafakari.

Nilikiweka chini kitabu changu nikawaza pia. Baada ya
muda mrefu mama alisema, "Sijui ni nani huyu! Hebu na kuche
tukasikie." Mvua ilikuwa imeacha kunyesha kabisa sasa. Mama
akafungua mlango wa sebuleni; akatoka nje. Huko alisema, "Kumbe
imenyesha hivi!"

Sikumjibu kitu na baada ya muda kidogo alirudi chumbani
kwake. Macho yangu yalikuwa mazito sana sana, nikashindwa
kabisa kuendelea kusoma. Nilikirudisha kitabu rafuni, nikaizima
taa, nikalala.

Ndoto zile hazikunirudia tena, mara nikawa katika usingizi mzito.
Niliamshwa usingizini na sauti nyembamba ya msichana mdogo
aliyekuwa anazungumza na mama: 'Kamwene binti yangu. Habari
gani zikuletazo asubuhi hivi?'

"Mama amenituma nije niseme kuwa baba hayupo tena duniani.
Amefariki ghafla leo usiku." Alieleza msichana.

"Uwii! Yee!" Mama alimaka akajiuliza, "Imekuwaje? Jana
nilimwona anakunywa ulanzi pamoja na Malipula akiwa mzima
kabisa! Ooo! Kumbe dunia si yetu jamani…! Wamefika watu wengi
nyumbani?"

"Si wengi. Waliofika ni wale waliosikia kengele mapema wakaenda
kanisani kuuliza. Wapo kama sita tu."

"Asante tumesikia, binti yangu."

"Haya, mama. Sasa yanipasa nikafike huko kwa Mavengi na
wengine wa upande huo. Kwaheri, mama: tutakutana baadaye."

"Nenda salama, binti yangu."

Nilimsikia mama akiingia chumbani kwake, nami nikatoka
kitandani na kulifungua dirisha. Mkondo wa upepo baridi uliingia
chumbani ukakipeperusha kijikaratasi nilichokisahau mezani
usiku wakati nasoma. Ilkuwa bado alfajiri. Nchi ilikuwa imetakata
kwa ubichi wa mvua; ikavaa utanashati wa chanikiwiti wa kifuku.
Kwa mbali niliweza kuona ukungu mweupe umetanda mabondeni.

Mama akaita, "Nandi, ee!"

"Abee?" Nandi aliitikia chumbani kwake.

"Mtengenezee kaka yako chai anapoamka. Kama majani ya chai yamekwisha, basi koroga uji badala yake. Mimi nakwenda huko kwenye kilio. Labda nitarudi jioni kuchukua matandiko."

"Haya," Nandi alimwitikia akifungua mlango na kutoka sebuleni.

Alipoondoka mama alisema, "Haya, nawaachieni hiyo nyumba. Mungu akipenda tutaonana jioni."

Nilipotoka nje sikumwona mtu. Nandi alikuwa amekwenda kugema ulanzi. Niliingia jikoni, nikachukua maji yaliyochemka, nikayapwaga ndani ya karai. Yalipokuwa na joto la kiasi nikayachukua, nikaenda msalani kuoga.

Nilikuwa katika pilika pilika za kuoga niliposikia mtu anabisha hodi nyumbani. Nilinyanyuka nikaangalia juu ya ua. Alikuwa Dina! Nilistuka kumwona asubuhi hivi nikagutia, "Dina! Asubuhi yote hii! Ingia ningoje chumbani tafadhali!"

"Usiniweke mwaka sasa, Gusto! Sipendi nionekane hapa asubuhi hii!" Aliingia ndani. Sauti na sura yake viliashiria woga na wasiwasi mwingi; nikahisi kwamba kulikuwa na hitilafu fulani, nayo bila shaka ndiyo iliyomleta asubuhi hivi, nilijiwazia moyoni. Jambo gani hilo? Nilianza kupata wasiwasi ghafla! Nilioga nikatoka haraka nikaingia chumbani.

"Dina, mbona unanitisha hivi? Umekuwa kama kikongwe!" alijuwa amevaa madurufu kuukuu akajifunika shuka zito juu yake. Shuka hilo lilijifunika kichwa chake pia, likaachia uso tu. Miguuni alivaa kanda mbili nyekundu. Kwa mbali alionekana kizee halisi.

"Acha utani sasa, Gusto! Maisha yako na yangu yanategemea maafikiano ya sasa. Nilikwambia nawe hukunisikiliza. Ona sasa!"

Sikuelewa alikuwa anazungumzia nini; nikamwuliza, "Unasema nini, Dina? Hebu jieleze vizuri."

Alinikazia macho akaniuliza, "Mmefanya nini jana usiku?" Macho yake makubwa na maangavu yalikuwa makavu yenye kiburi kingi na hasira tele!

Nilijaribu kutafuta jawabu la haraka lakini aliisoma akili yangu. Akasema, "Usidanganye sasa, Gusto! Nafahamu yote! Jana umekutana na wale wazee mkamwua Kapedzile! Nilikwambia ujihadhari na mazingira na wewe ukalichukulia onyo langu kama utani. Pato lake nini? Laana na huenda kifo kwa ajili yangu. Na wewe kwanza kwenda Malawi kwa Chikanga mkamata wachawi na ukirudi na makovu ya chale usoni uje uonane na kisasi cha baba kwa ajili ya rafiki yake!"

'Eee?" Niliitika kwa mshangao, nikakaa karibu naye na kumshika mkono. Jua lilikuwa limechomoza sasa na mionzi yake dhaifu iliingia ndani ikatua kwenye meza.

Aliendelea, "Mambo yenyewe ni hivi: tangu siku ile nilipokuja hapa kukuonga juu ya mambo yanayokuzunguka baba amekuwa na mashaka makubwa juu ya maisha yake na ya rafiki zake, hasa Kapedzile. Mashaka makubwa hasa yako juu yako na mimi! Hata amejiapia kuwa ikiwa mmoja wao atachezewa na yeyote yule atajilipizia kisasi! Na ole wetu ikiwa ni wewe; kwani ana imani kuwa mimi na wewe tunafanya mipango ya kumwangamiza! Ameahidi pia kuwa dhara lolote likitokea kwa sababu yako basi mimi si bintiye tena; kichwa changu kitakuwa bora kwake kikiwa ghalani! Na leo mambo yamekuwa kama alivyohofia!" Aliniangalia shashimamishi nikajiona mpumbavu mkubwa! Kwanza alinionya; mama naye aliniambia wazi kabisa nisiwachokoze jamaa hawa kwa madawa! Mimi nikaona heri kumwua tembo kwa bua, ama kuua ndege wawili kwa jiwe moja, kama wasemavyo Waingereza! Nilijiona mkosefu mno; lakini tungefanyaje sasa? Majuto daima ni mjukuu!

Nilifikiri nikashindwa; kisha nikasema, "Samahani sana, Dina. Nimekutia katika yasiyokuhusu!"

Akasema, "Msamaha wangu hauwezi kutusaidia sasa, Gusto!"

Naam, tulikuwa tumepotea vibaya sana! Na mti wa kujishikilia tusizame ulikuwa mmoja tu. Na ulitakiwa ushikiliwe sana sasa; kabla haujakumbwa na dhoruba la hasira za Malipula. Mti huo ulikuwa ni utoro wa haraka. Na jambo hili lilitakiwa lifanywe sasa! Nilikaa na kuwaza: kisha nikasema, 'Ni sharti tutoreke, Dina. Njia iliyo wazi ni hiyo tu!"

"Tutorekee wapi sasa?" Aliniuliza kama vile nilikuwa napoteza wakati kusema mambo yaliyokuwa dhahiri kabisa. Tatizo hili lilikuwa kubwa. Tungetorokea wapi? Sikuwa na ndugu yeyote nje ya wilaya yetu, isipokuwa mjomba wangu aliyekuwa Kanada kwa mafunzo ya jeshi.

Mara wazo likanijia: Huenda Dina alikuwa na jamaa nje ya mkoa huu! Akasema, 'Ninaye mjombaangu aliyeko Tanga. Lakini tumaini langu la kwenda huko ni dogo sana! Tutapata wapi nauli? Kwani kunahitajika kama shilingi mia hivi kwa sote wawili!"

Nilishika tama nikafikiri. Hayati baba kabla ya kufa aliniambia kwamba ameniachia fedha za kutosheleza mahitaji yangu shuleni kwa muda uliobaki. Lakini ningemwambia nini mama ili nimridhishe anipe hizo fedha? Singeweza kusema uwongo kwa mama, na kamwe singethubutu kueleza ukweli wa mambo, kwani mama hangeniruhusu nitoroke na mtoto wa watu! Njia moja tu ikabaki wazi. Ilikuwa ni lazima nizichukue fedha hizo wakati mama hana habari. Baadaye ningeandika barua na kukiri ukweli. Lakini hata hivyo swala likabaki. Sikufahamu fedha hizo zilipokuwa! Jambo moja nilifahamu. Mama hakuziweka fedha hizo benki. Wala hazikuwa kwa mtu yeyote; kwani hakumwamini mtu ovyo. Kwa hivyo, lazima hela hizo zilikuwa mahali fulani, hasa chumbani kwake mama. Lakini mahali gani hasa?

Siku ilikuwa bado changu, na nilitaka wakati wa kufikiri na kuzitafuta hedha hizo. Nikasema, "Dina, sasa rudi nyumbani; au laa watakushuku. Nitajaribu kufanya mipango ya haraka. Ikiwa yote yatakwenda vema nitakuja nyumbani kwenu usiku. Nitagonga dirisha lako mara mbili na halafu nitakueleza habari yote. Sawa?"

"Sawa. Lakini jaribu kufanya haraka kadiri inavyowezekana ili tuondoke usiku wa leo!" alinibusu akaondoka. Haukupita muda akarudi anahema, "Baba anakuja!"

Nilijaribu kujibanza ukutani huku naangalia nje na kusikiliza lakini sikuona wala kusikia kitu. Nikasema, "Aah, mikasa isiyotegemewa hii! Amekuona?"

"Hata. Nimewahi kuwaona nikafichama!"

"Sasa tutafanya nini?" nilijiuliza nikishika kidevu na kuwaza.

Mara wazo likanijia! Nikasema, "Njoo ndani ukatokee dirishani! Fanya haraka!" nikamsaidia kupanda dirishani; akatoka.

Alipokuwa nje nilimwambia, "Sasa kimbia mpaka nyumbani! Natumaini mama hakuchukii kama baba?" Alitikisa kichwa nami nikaendelea, "Basi vyema. Maadam baba yupo hapa kaviweke vitu utakavyohitaji safarini na shuleni mahali pazuri, na wewe mwenyewe fichama. Giza likiingia chukua vitu vyako na uje hapa dirishani. Ligonge dirisha mara mbili; nitakufungulia. Yatakayofuata Mungu pekee anayajua!"

"Na wewe je?" Uso wake ulijaa harara ya woga.

"Usiwe na wasiwasi juu yangu, Dina. Wewe nenda ukafanye nilivyokwambia!"

"Niahidi kuwa utajihadhari sasa, Gusto!" Alikuwa hana imani na usalama wangu.

'Umekwisha ahidiwa kimwana. Sitadharau mambo tena!"

"Tuombe Mungu!"

"Amini!"

Aliondoka kasi. Nikamwangalia mpaka alipopotelea bondeni. Nikarudi kuwapokea wageni. Walikuwa hawajafika bado. Nikajiandaa kuwakabili. Hirizi yangu ilikuwa sandukuni lakini kamwe sikuhofia lolote!

Sauti zao ziliweza kusikika sasa; nikamsikia Malipula anasema, "Jamani huyu mtoto amenishinda. Nimemwonya mara nyingi, hata kiasi cha kumrudi, kuwa asishirikiane na huyu hayawani lakini wala hanisikii! Ana gubu la kuathiri moyo. Huwezi kuzungumza naye kwa muda bila kukasirishwa. Nilipo hapa hanioni kama babaake tena! Nami nimesema muhali sitaki. Yeye kama hataki kuwa binti yangu hana haja ya kuishi nami..." Sauti yake ilikuwa ya mtu aliyekasirishwa; atakaye kisasi.

"Lakini, Malipula, inaonekana kwamba mwali huyu anampenda sana huyo kijana." Alihoji mmoja kati ya wale aliokuwa nao. "Unaonaje kama ungewaacha tu waoane? Lawama yote ya kumpa mkosi ungeikwepa."

"Eee? Umesemaje?" Malipula alimaka kama aliyetukanwa ghafla. "Wewe ni mzee mwenzangu, Kindimba. Umezaa binti kama mimi. Utakubali kweli binti yako yule aolewe na mwana wa mchawi aliyegeuka shetani? Utakubali kumtunza mtoto aliyekugeukia akakujambia mdomoni; au mbwa uliyemfuga na baadaye akakugeukia na kukutafuna miguu? Ee?"

"Shule imemharibu, Malipula!" Alisema mwenziwe mwingine. "Nimekwambia mara nyingi sasa kuwa kumsomesha mtoto wa kike ni kama kumpa bangi imvuruge akili. Unayaona mapato yake sasa? Unadhani atakubali kurudi aolewe na mtu asiyesoma? Wewe mwenyewe hukusoma; ndiyo sababu hakuheshimu. Anakuona kitu kidogo sana. Huwezi kusema yesino kama yeye; basi tena! Wana wa siku hizi balaa tupu! Kamwe si kama wana wa siku zetu!"

"Majira ya wakati yanabadilika, mzee wangu!" Nilisema kwa sauti ya chini. Na kama vile amenisikia Kindimba naye akasema, "Hiyo si kweli, Mwalubange! Hiyo si kweli hata kidogo! Ukweli ni kwamba sisi wazee wenyewe ndiyo wa kulaumiwa. Tumeshindwa kutambua kwamba dunia ya leo si dunia yetu. Tumeshindwa kutambua kwamba ulimwengu wa leo ni ulimwengu unaobadilika kwa kasi tusiyoweza kuimudu. Hivi majuzi tu nilikwenda hospitali mjini Njombe. Unajua niliona nini? Ehee! Wacha bwana! Nani kati yenu hapa angetegemea kufika hospitalini na kupimwa huku na mwanamke Mwafrika ambaye pia huendesha gari lake mwenyewe? Nani hapa angetegemea kufika mkutanoni na kuwona mwanamke Mwafirika akisimama katika jukwaa na kuzungumza akishindania kura kati ya wanaume wazima mbele ya halaiki ya watu? Niliyaona Njombe! Wacha, bwana! Mimi sikuamini! Pale nilitambua kwamba kwa kweli tumekuwa tukiishi gizani muda mrefu mno. Pale nilitambua kwamba ulimwengu umetupita si kidogo... Na huyo bintiyo, Malipula, nadhani ni mmoja wa vijana hawa ambao wameyafikia maendeleo na hawatastahimili kufungwa tena pingu za mila. Na usipolitambua hili, mzee mwenzangu, utapoteza hadhi na binti pia...!"

"Dina angekupenda sana laiti angekusikia ukizungumza hivi, Kindimba. Lakini mimi si Kindimba na liwalo lolote nitamfunza adabu!" Malipula alimalizia. Walikuwa uwanjani mwa nyumba sasa. Mzee Malipula akajitahidi kuificha hasira. Alibisha hodi kwa sauti tulivu.

Sikumjibu mpaka alipobisha mara ya pili; nikaitikia, "Karibu!" nilitokea sebuleni. "Oo, samahani wazee wangu. Karibuni ndani." Niliwatayarishia viti vya mwegamo; wakaingia kimya kimya na kuketi. Ilikuwa kana kwamba wote walikuwa na visa nami. Nikawauliza, "Habari za nyumbani, wazee wangu?"

"Nyumbani kwema tu, " alijibu Mzee Kindimba. "Lakini hatujui ya huko nyuma." Wenzake walibaki wamenuna nuu!

"Mama mwenye nyumba hii yuko wapi?" Akauliza Malipula kisha kwa sauti ya chuki.

"Amekwenda huko kwenye kilio," nilimjibu kwa upole. "Ulikuwa na shida gani naye?"

"Nilikuwa na mazungumzo naye kidogo!" Alinijibu huku anaangalia nje. Kwake nilikuwa haramu!

"Basi bahati mbaya hayupo."

Tulikaa kimya kitambo kirefu; nikaona afadhali nianze mazungumzo juu ya msiba huu tuliokuwa nao. Jambo hili lilizungumziwa kijijini kote siku hiyo, na ingekuwa ajabu kama sisi hatungelizungumzia tena. Sikujua kama nilikuwa najichongea!

Niliuliza, "Hivi huyu mjomba hakuonyesha dalili yoyote ya ugonjwa hana?" niliwaangalia wazee kwa uchungu.

Mzee Kindimba akasema, "Jana tumekunywa sote nyumbani kwa Malipula mpaka magharibi. Alikuwa mzima kabisa! Na leo tunasikia mwenzetu ameondoka duniani! Si ibura hiyo?" alituangalia nasi tukatikisa vichwa kwa huzuni.

Wazee wengine walikuwa na uchungu kidogo. Mzee Malipula yeye akawa ameinamisha kichwa na kukishika kwa viganja vya mikono yake. Michirizi miwili ya machozi ilitiririka mashavuni! Alikuwa analia kimya kimya! Nilitazama kando nikajifinya ili nami niweze kusikitika hata kuwashinda wenzangu kwani Kapedzile alikuwa mjomba wangu. Malipula akautambua ujanja huo.

Akasema, "Usijidai kusikitika, ewe mwana wa Ibilisi! Ibilisi asiyechelea kuondoa uhai hata wa mzazi wake! Kataa, mbwa wee, kama wewe na wenziyo hamkukutana jana usiku mkamwua Kapedzile kule njia panda ya Mkomazi. Kataa, mbwa wee! Ole wako! Baba yako amekuharibu!"Aliniangalia kihasidi nami nikamwangalia kwa mshangao bila kupepesa macho. Sauti yake na macho yake mekundu kama ya mchawi yalinifanya nisisimke damu!

Nilijua kama alikuwa anabuni tu jambo hili, lakini hata hivyo kisio lake lilikuwa la ujasiri hasa. Kwani kama nilikuwa nimemwua mjomba kwa sababu ya ugomvi wa shamba la Mkomazi basi nilikuwa sina budi kumwulia pale njia panda ili nifunge na kuumaliza kabisa ugomvi huo. Iliyobaki kwangu ikawa ni kutoyajali sana mashtaka yake kwa uso na kumhakikishia kwa maneno kuwa sikuhusika ailani na mauaji hayo kama alivyoamini. Lau kama ningesita kidogo tu na kuonyesha hofu basi angepata ithibati kamili kwa imani yake na angejiona anawajibu wa kunipeleka Malawi kwa nguvu nikakutane na wembe wa Chikanga mtambua wachawi! Kwa watu angejitetea kwamba alikuwa mbioni kuumaliza uchawi katika sehemu yake.

"Mzee Malipula, nakuheshimu kama baba yangu," nilisema kwa utulivu. "Lakini leo sijui ni kitu gani kimekupumbaza ukayasema hayo juu yangu! Ungesema kuwa umenifumania na binti yako ningeshindwa kujitetea, kwani kila mtu angekuamini. Lakini kusema eti nilishirikiana na wachawi kumwua mjomba! Hata mtoto mdogo atakucheka, mzee wangu!"

Nilijipa ushupavu wa maneno hayo nikamwangalia huku natumaini labda yamemwingia lau kidogo, kumbe wapi! Ilionekana kama vile nilikuwa sijasema lolote! Nilikuwa kama nijaribuye kulisukuma jiwe ambalo upepo na mvua vimeshindwa kulimomonyoa kwa muda wa karne nyingi! 'Nimepatikana leo!' niliwaza moyoni. 'Kujiokoa hapa nahitaji ujanja wote niliozaliwa nao na wa kuiga pia! Dina uliko huko omba Mungu tufike salama. Jahazi linazama!'

"Usiniletee ujanja wa kitoto, ewe punguani!" Alifoka Malipula. Sauti yake ingemfanya panya ajikunyate shimoni mwake! "Tangu lini kinda la mwewe likaacha kukamata vifaranga? Ee? Nafahamu pia kuwa wewe si mgeni kwa binti yangu. Lakini hilo si juu yangu kulishtakia. Mungu hutoa mashitaka hayo. Lakini haya mauaji ya Kapedzile si lazima tumngoje Mungu. Uwezo wa kuthibitisha mbele ya sheria tunao sisi wenyewe binadamu. Tukienda mahakamani utatushinda, hiyo ni wazi. Njia iliyo bora ni kwenda Malawi kwa Chikanga. Yeye amejaliwa na kipawa cha kujua yupi mchawi na yupi si mchawi. Huko ndiko haki hasa juu ya jambo hili iliko! Tusicheleweshe mambo; twende sasa hivi nyumbani kwangu. Leo hii hii tutakwenda Njombe, kesho asubuhi tutapata gari la kwenda Mbeya, na kesho kutwa bila shaka tutafika Malawi. Ni safari ya siku sita tu kwenda na kurudi. Gharama zote zitakuwa juu yangu.

Wazo lake lilikuwa bora laiti kama singehusika na mauaji yale. Ningefanya safari ya kutalii bila kulipa hata senti. Lakini sasa mambo yalikuwa kinyume. Kwa kweli wazo hilo sasa lilikuwa ni kitanzi wazi kabisa kiilchotayarishwa vizuri ili ninaswe na kuning'inia! Maneno ya Dina yakanirudia akilini: Niahidi utajihadhari sasa, Gusto!"

Hasira zikanipanda lakini kwa mbali niliendela kuyasikia maneno ya Dina, 'Jihadhari, Gusto!' Hata hivyo nilisema, "Nasikitika, mzee, kwani, kwanza, sijawa maiti mpenda vya bure! Pili, siwezi kupoteza wakati wangu mwingi kwa mambo ya kijinga, na, tatu, naipenda sura yangu ilivyo! Kama mwanishtaki kwa kifo cha mjomba nipo radhi kusimama kizimbani na kuutetea ukweli. Lakini sina hamu ya safari hasa siku hizi ambapo barabara haziaminiki. Samahani, mzee wangu!"

Malipula akajibu, "Ni vema tu ikiwa hutaki kwenda kwa hiari. Lakini kwa vyovyote vile itanipasa nikupeleke huko. Unafahamu kuwa mimi ni balozi wa nyumba kumi kumi hapa. Nimekwisha pewa ruhusa ya serikali ya kumpeleka kwa Chikanga yeyote yule anayedhaniwa mchawi. Huu ni mwito wa serikali wa kupigana na uchawi unaozorotesha maendeleo mahali pengi nchini. Je?" aliniangalia kwa dhihaka, nikakasirika!

Nilisema, "Serikali ya nani itakuruhusu utumie cheo kutosheleza matakwa yako binafsi? Huelewi kuwa cheo ni dhamana, na kwamba jambo unalotaka kufanya ni kinyume cha sheria za uongozi nchini humu? Haya, nipeleke kwa huyo Chikanga wako. Tukirudi nitakushtaki kwa matumizi mabaya ya cheo! Lakini jambo moja ukae ukijua sitoki hapa ila kwa hiari tu, basi!"

Nilikuwa sijakaa sawa nikashtukia Malipula amegeuza mkono wangu kwa nyuma! Alisema, "Nilihofia mambo yangekuwa hivyo, shujaa mdogo! Lakini fahamu hili, ukitoka kwa Chikanga hutaishi kunishtaki kwa matumizi mabaya ya cheo!"

Niligeuka ghafla nikataka kumpiga konde kidevuni lakini aliniwahi akaudaka mkono huo pia. Akainyonga mikono yote pamoja kwa nyuma huku anasema, "Tulipigana sana ngumi wakati wa ujana wetu, baba! Na sijasahau bado kuepa konde lijalo kidevuni! Kindimba, ilete hiyo kamba na nyote njooni mnisaidie kumfunga huyu mkwe mjinga. Mkewe sijui yupo wapi leo? Amegoma hata kunikorogea uji!"

Si maumivu yaliyonikasirisha bali maneno yake ya dhihaka. Nikaropoka. "Tafadhali usimwingize Dina katika mambo haya ya kijinga! Mkimtendea lolote ovu kwa kumwonea nitajilipiza kisasi! Hili naapa kwa jina la marehemu baba!"

Malipula akamaka, "Aa,bwana wee! Dina ni binti yangu, sivyo? Nitakalo kumfanyia ni juu yangu, sivyo? Wewe utayaingiliaje mambo ya nyumbani kwangu? Ama kwa sababu nimemwita mkeo basi ukajiona umeoa kabisa? He-he-he!" Kicheko chake kikazidisha hasira zangu. Aliendelea kusema, "Yungali chini ya mamlaka yangu, baba! Na nitakwambia jambo moja la kufurahisha. Hata kwa bei ya kichwa chako sitokuoza binti yangu!"

Maneno hayo yaliniuma kama sumu ya nyigu, lakini sikuweza kufanya kitu. Waliipinda mikono yangu wakitaka kuifunga kwa kamba. Hakukuwa na haja ya kuipinda hivyo ila kiasi cha kunirudi kidogo kwa ukaidi wangu. Nilipata maumivu makali lakini sikulalamika. Nilikuwa nimejifanya shujaa, na mashujaa hawalalamiki. Nikawaza, kama nataka kupona wakati ni huu kabla hawajanifunga. Kwani wakiwahi kinifunga saa sitaweza kujitetea tena. Nitakwenda tu kama kondoo aendaye machinjioni...

Hivyo, nilijikaza nikakusanya nguvu zangu zilizosalia, nikajaribu bahati yangu. Nilijipokonya kwa shida, nikasimama kando.

Nilijinyooshanyoosha, nikasema kishujaa, "Nimekwisha sema kwamba sitaki kwenda huko! Hamna masikio? Basi nawaambia tena, sitoki hapa ila kwa hiari tu, basi!" nilisimama kishupavu, mikono yangu kiunoni. Musuli za miguuni nilizisikia kuvimba. Moyo ukapapa kwa nguvu zaidi. Kijasho chembamba kilijikusanya kipajini, nikakifuta kwa mkono. Niliwangoja kama mchokozi aliyetukana kundi zima la maharamia.

Mzee Malipula, mashavu yakimtetemeka kwa hasira, alitaka kujitosa lakini uzee wake ulimgharisha. Akatulia akitafakari. Kimya kizito kikatua pote. Wazee waliangaliana, nami nikawaangalia. Nikatumaini kwamba wangekata tamaa na kuondoka. Wakati fulani wazo hili lilitaka kusafitu. Lakini punde si punde nilimwona Malipula akiingiza mkono ndani ya mgolore wake mweupe. Akatoa kijichupa kidogo kilichojaa unga mweupe. Nilitambua kilichokuwamo ndani, nikaruka nikinuia kumzuia asikifungue. Nikawa nimechelewa! Chembe fulani zilitua usoni pangu! Nilipojaribu kujipukuta, nikahisi kizunguzungu kikali. Nyumba ilianza kupinduka; sakafu ilikwenda juu na paa likaja chini! Macho yaliingia kiwi! Ubongo nao ukawa butu ghafla....

SURA YA 7

"Karibu atapata fahamu sasa," alisema Malipula nyuma yangu, akaendelea, "Dawa ilimpata saa nyingi, na sasa nguvu zake zitakuwa zimekwisha."

Kweli fahamu zilikuwa zanirudia taratibu, japo macho yalikuwa bado mazito sana. Nilijaribu kuinua kope; zikasukumwa chini na uzito mkubwa nikalazimika kuinamisha kichwa chini. Sikutegemea macho yangefunguka tena. Lakini punde baada ya vitu kama magamba ya samaki hivi vilibanduka machoni nikaanza kupata taabu sana kwa sababu ya mwanga mkali wa moto uliokuwa mbele yangu. Nilikuwa kama mtu atokeaye kwenye jua la pwani la mwezi Oktoba kutoka katika chumba cha kiza totoro.

Macho yangu yalipouzoea mwanga ule nilijiona nimebanikwa mbele ya moto mkubwa. Mikono na miguu yangu ilikuwa imefungwa. Nyuma yangu alikuwa amesimama Malipula amenishika mabega. Kulikuwa na watu wengine kama kumi hivi wakiuzunguka moto ule. Wote walikuwa wananiangalia kwa dhihaka! Mkabala wangu, kwa upande wa pili wa moto ule, alisimama mwali ndogo aliyemshabihi sana Dina. Akawa ananiangalia kwa huruma ya pekee. Kati ya wale wazee walionikamata asubuhi ni Kindimba tu ambaye hakuwepo

"Naam, mkwe wangu," alisema Malipula kwa fedhuli. "Natumaini umelala vya kutosha sana. Utashangaa umelala kwa muda wa siku nzima!" Aliangalia akicheka kwa dharau, akanicheza shere akisema, "Nakukaribisha kwangu. Ningefurahi zaidi kama ungekuja kwa mkweo kwa heshima kidogo, lakini si kitu. Mradi tu tuelewane katika haya tutakayoyazungumza. Swali moja ni hili. Ulikuwemo – jibu tu ndiyo ama hapana – katika mauaji ya mjomba wako Kapedzile?"

Kimya kizito kikafuatia swali hilo. Yaelekea watu wote, isipokuwa yule msichana mdogo, walingoja kwa shauku nijibu ndiyo, halafu mchezo wa kufanya haki iliyoambatana na kisasi na visirani kadha wa kadha ungeanza. Nikakabilisha roho. Hawangenipata kwa urahisi....

Kimya kile kiliendelea kuwa kirefu na cha kuchosha. Malipula akanidunda mbavuni kwa goti, akauliza kwa ukali, "Ndiyo au hapana?"

"Hapana!" Lilikuwa ni jibu la haraka lenye kiburi.

Sikuwa nimetambua maana ya moto ule mkubwa. Nikadhani labda ulikuwa ni kwa kujikinga tu na baridi ya usiku ule ambayo ilikuwa nyingi. Bali sasa niligundua. Kwani nilipolitamka neno hapana tu Malipula alinishika kwapani akanisogeza karibu na moto huo. Miguu yangu ikawa nusu mita hivi kutoka motoni. Maumivu yaliyofuatia yalikuwa hayavumiliki! Nilijaribu kujivuta lakini sikuweza. Nikajaribu kuvichezesha vidole vya miguu, nayo mishipa ya damu na musuli vikawa vimebanwa mno kwa kamba. Miguu ilikaribia kufa ganzi, maumivu yakaja akilini katika mishale mikali ya umeme! Malipula naye akawa amekazana na swali lake lililotaka ndiyo ama hapana kama jawabu. Pamoja na maumivu yale makali swali hilo lilitengeneza mchanganyiko wa sumu akilini mwangu, nikakasirika.

"Hivi, Malipula, wewe ni binadamu mwenye akili timamu au ni hayawani mwanaharamu aendaye kwa miguu miwili?" Nilifoka kwa ghadhabu.

Watu wote walishtuka wakamwangalia Malipula. Yaelekea walitegemea kuwa angelishikwa na hasira za kifaru kiasi cha kunikaba koo na kunitupa motoni kama chawa asiye na thamani. Bali kwa yakini Malipula hakuwaza yote hayo. Mawazo yake yalielekea kuwa mbali, yumkini yakiziambaa mbuga za jangwa la taksiri alizozifanya tangia aanze shughuli hizi za wanga. Moja baada ya nyingine zilijileta usoni pake, nikatambua kosa alilofanya katika kila moja wapo. Na leo alikuwa amekosea tena. Ilipasa ajue wazi kuwa hangeweza kupata lolote kwa kunitesa. Nadhani alijilaumu nafsi yake kwa kukosa kumkamata Dina na kumtesa mbele yangu. . . .

Alikuwa angali katika ngozi zake hizo nilipomwambia, "kuna uhuru wa viumbe kuishi, uhuru wa binadamu kusema na kutendewa kama binadamu. Wewe ni balozi wa nyumba kumi-kumi hapa, mwananchi halisi apaswaye kujua kuwa kuna mahakama na mahakimu huru nchini hapa, na bado ananifunga na kunitesa kama mnyama. Shida yako nikubali tu kuwa nilikuwemo katika mauaji! Mwuwaji gani, hata punguani wa mwisho, atakubali kuungama kwa sababu ya mateso ya muda akafe kwa kamba ya shingo, na hali anajua kuwa washtaki wake hawana ushahidi wa kutosha kumshinda mahakamani? Nawaambieni kweli kuwa hata kama mkiviunguza viungo vyangu hadi viwe makaa matupu hamtapata lolote zaidi ya hapana. Mnapoteza wakati wenu bure!" Maneno hayo yakaleta mazao. Watu wengi walianza kutikisa vichwa vyao kuniunga mkono, nikauona ushindi wa kwanza ukija kwa mbali kama mwanamwali ajaye kumpokea mpenziwe aliyemkosa kwa muda wa miaka mingi.

Malipula alikuwa amezinduka kutoka katika safari yake ya ndoto alitikisa kichwa pia, aidha akanishika kwapani akanivuta na kunikalisha mbali na moto ule. Akanifungua miguu na mikono; akaniamuru nisimame. Sikuelewa aliwania nini halafu, lakini dawa ile, maumivu ya moto, njaa na kiu vilikuwa vimenimaliza nguvu. Nilijitahidi kujisukuma ukutani, sikuweza. Chumba kilianza kuzunguka kasi. Ukungu mzito ukatuwamba. Blanketi la kiza lilinifunika mboni zangu. . .!

Nilipozindukana nilijiona niko katika chumba kidogo kilichoangazwa kwa taa ndogo iliyowekwa mezani. Nandi na Mzee Mavengi walikuwa wameniinamia wakiniangalia kwa wasiwasi mwingi. Dina akawa amenipakata akinisugua usoni kwa upole. Nilikichungua chumba, nikakitambua chumba changu! Na swali moja likasalia akilini. Malipula na wenzake walikuwa wapi?

"Malipula. . .?" Nilianza kuuliza lakini ubongo wangu ulikuwa mzito, nikashindwa kuendelea.

"Usihofu, Gusto," Dina alininong'oneza sikioni, akasema, "Lala na upumzike. Uko salama salimini." Alinibusu pole pole, na nguvu zangu za utashi zikaniishia. Nikapatwa na usingizi mzito.

Yapata saa mbili hivi niliamshwa usingizini na msokoto wa tumbo, nikakumbuka kwamba nilikuwa sijala kitu kwa muda wa siku mbili mfululizo! Kiu ilinibana sana pia, nikaomba maji. Nandi akaondoka, akaenda jikoni. Punde alirudi na sinia la chakula na birika la maji ya baridi. Niligugumiza mafunda ya maji bilauri mbili mfululizo; nikajiona sijambo kidogo. Nikala chakula kwa hamu kubwa. Hatimaye Dina alinisimulia jinsi nilivyookolewa mikononi mwa Malipula. . .

Mara tu nilipoletwa nyumbani kwa Malipula asubuhi ile Dina alipata habari ya umahabusu wangu kutoka kwa nduguye mdogo. Na nilipozimia, baada ya mateso yale ya moto, ilionekana kuwa nisingeweza kusema lolote la kumfaidia Malipula na hila zake. Akakata shauri nifungwe mikono na miguu, niwekwe katika chumba fulani kungojea kusafirishwa kwa Chikanga siku ya pili. Dina alipopata habari hii aliona wazi kuwa salama haikuwapo ila katika kufanya mipango ya haraka niokoke usiku ule. Tatizo likawa moja. Ningetokaje chumbani mle? Mlango ulikuwa umefungwa kwa kufuli, na kwa nje uliangaliwa na mtu wa makamo. Na chumba chenyewe hakikuwa na hata dirisha.

Dina alikaa ghalani alikojificha akatafakari. Sekunde zilikuwa dakika, dakika zikawa saa. Aliwaza akapiga bongo, asipate jawabu. Alikaribia kukata tamaa, wazo la ghafla llilipomjia akilini. Mavengi! Jina hilo liliamsha nguvu mpya na matumaini ya ajabu kwa Dina.

Ilikuwa ndiyo kwanza Mavengi afike kutoka kwenye matanga ya Kapedzile. Nyumba ilikuwa kimya na baridi sana. Tangu mkewe afariki kwa kifua kikuu miaka mitano iliyopita nyumba hii haikuwa kitu zaidi ya kambi tu kwake. Wanawe walioaga dunia walipokuwa na umri mdogo tu walifanya pengo kubwa maishani mwake hata akajiona dunia imemkataa. Hakukuwa na tumaini katika maisha, akawa tu anaisubiri faraja ya tumaini la maisha baada ya kifo. Alikuwa bado hajatulia alipopigiwa hodi na Dina. Hakutaka maelezo mengi, kwani muda wote huu yeye pia alikuwa ananitafuta ili anijulishe juu ya yaliyotokea mapangoni. Basi alipofahamu kwamba nilikuwa mahabusi wa Malipula alielewa kila kitu. Bila kukawia alitwaa mgwisho na hirizi zake, wakaondoka pamoja na Dina kuelekea nyumbani kwa Malipula.

Baada ya mazingaombwe kadha wa kadha mlangoni waliingia chumbani nilimokuwa nimefungwa, wakanikuta bado nimezimia. Walinifungua kamba na Mavengi akanibeba hadi nyumbani....

Nilimwangalia Mzee Mavengi, nikamshukuru na kusema, "Rafiki wa kweli hujulikana katika shida!"

Akanijibu, "Usinishukuru, Gusto. Ilinipasa nikuokoe kulihali. Si maisha yako tu yaliyokuwa hatarini, kwani kama angeweza kukupeleka kwa Chikanga ingekupasa uape na kututaja sote uliotuona huko mapangoni. Hili lingesababisha kisirani kikubwa zaidi kati yako na nyumba nzima na kundi lile la mapangoni. Hata hivyo yafaa wote tumshukuru Dina, mtoto shujaa, bila yeye yote haya hayangewezekana!"

Nilimwangalia Dina, nikasema huku natabasamu kwa fahari, "Yafaa na ni haki!"

Upepo wa ushindi ukaanza kuvuma taratibu huku unaliongoza dau letu katika bahari hii ya mawimbi ya vita vya sihiri. Upepo huu ulikuwa unatupendelea wazi kabisa sasa, bali ungeweza kugeuka ukavumisha dhoruba wakati wowote. Nilikuwa bado nipo karibu mno na mikono ya adui zangu! Ulikuwa usiku wa manane sasa, na kesho asubuhi na mapema Malipula angelitambua kwamba alikuwa amenikosa. Na kundi la mapangoni kadhalika lingekuwa katika msako mkali. Wote hawangetulia mpaka wamenipata tena! Kwa yakini wakati wa kutoroka ulikuwa umewadia. Mlango wa uhuru ulikuwa wazi kwa mara ya mwisho. Wakati ulikuwa ni huu, au laa maangamizi yangetufika!

Nilikuwa katika mawazo haya Mavengi aliponiuliza kwa wasiwasi, "Mmekwisha kata shauri juu ya mahali pa kwenda? Kwani hapa si mahali pema kwenu!"

"Tayari," nilijibu kwa uchovu. "Lakini tuna tatizo moja: nauli. Hatuna nauli. Tunataka kwenda Tanga, lakini nauli haitoshi."

Mavengi alijijazia ulanzi katika bilauri, akasema, "Nauli isiwasumbue sana, wanangu. Mradi mna mahali pa kwenda tu."

Japo sikufahamu tungekwendaje moyo wangu uliruka kwa tumaini, nikatoa pumzi ndefu na tulivu. Nikasema, "Mzee Mavengi, sijui nitakulipaje wema wote huu unaonitendea. Wema wako hauwezi kushukurika kwa maneno ya ulimwenguni hapa. Mungu akupe maisha marefu!"

"Usinishukuru mno, mwanangu,. Kama nilivyosema mwanzo najiona nina wajibu mkubwa sana kwa usalama na heshima ya maisha yako binafsi na nyumba yenu kwa jumla. Wewe ni mwana wa ndugu na rafiki yangu mkuu; u mwanangu pia. Na hasa sasa ambapo baba yako hayupo kukuangalia najiona nina madaraka makubwa sasa juu yako. Ila nakuomba jambo moja –

"Lipi hilo, mzee wangu?" Nilimwuliza kwa moyo mkunjufu.

"Mtunze mtoto Dina. Nina wasiwasi sana juu yake, na najutia nafsi yangu siwezi kumsaidia zaidi. Dawa zangu hazina nguvu juu yake, isipokuwa fingo hii," akanipa hirizi yake. Akasema, "Lakini nayo haitamsaidia kitu iwapo Malipula amenuia kumwumiza. Na ndilo alilofanya hayawani yule! Hathamini maisha ya mtu hata kidogo!" Hasira zilimpanda zikamkera. Nadhani Dina alikuwa na tabia fulani ambayo mzee Mavengi aliifananisha na mwanamke aliyewahi kumfahamu sana; kama si mkewe, basi mama yake....

"Usiwe na hofu sana, mzee wangu," nilijaribu kumtuliza kiroho. "Nitafanya lolote katika uwezo wangu kumwangalia, bora tu, kama ulivyotuhumu, Malipula asiwe amejiwekea dhamira ya kumwumiza! Na hii nimpe lini?"

"O, nilisahau," alisema huku akiiweka bilauri yake mezani. "Mvalishe mkisha ondoka hapa, na abadan usimwambie ni mimi niliyempa hirizi hiyo!"

"Sitasema," nilimhakikishia, nikatoka kwenda jikoni kuwafuata kina Nandi waliokuwa wamekwenda huko kitambo kirefu sasa. Nikawakuta wanazungumza, nikasema, "Dina, umetayarisha mizigo yako?"

Wote wawili walishtuka, wakaniangalia kwa mshangao. Kisha Nandi alisema, "Kwani mtaondoka usiku huu?"

"Sasa tuondoke lini?" Nilimwuliza kwa mzaha nikiketi kati yao. Niliendelea, "Alfajiri Malipula atakuwapo hapa kututafuta, pia nina hakika kwamba atatuma mtu Njombe kutuzuia tusiondoke. Kwa hivyo yatupasa tuondoke usiku huu tukitumia faraja ya giza."

Dina aliniangalia kama asiyenijua, akauliza, "Tutakwendaje usiku huu?"

"Usiwe mtu wa imani chache hivyo, Dina," nilimjibu kwa utulivu, nikamwuliza, "Kwani kesho tungekwendaje?"

Alimwangalia Nandi naye akanipa mkono uliokuwa umefumbata kitu akasema, "Mama ameniambia nikupe fedha hizi. Ni shilingi mia mbili na hamsini. Anakutakia safari njema. Anasema kuwa ukifika ukumbuke kuleta barua kutuliwaza ukiwa na mashaka tuliyonayo huku nyuma."

"Amefahamuje kuwa tunaondoka?" Ilikuwa zamu yangu kushangaa, lakini nilimwona Dina katabasamu taratibu nikajua kuwa ndiye aliyetatua swala hili. Nadhani alikuwa amemweleza Nandi juu ya hali yetu, naye Nandi hakuchelewa akaenda kuomba msaada kwa mama aliyekuwa anakesha matanga nyumbani kwa hayati Kapedzile usiku ule. Nikasema, "Asante sana Nandi! Na kwa swali lako Dina, Mzee Mavengi anadhani tutakwenda hivi hivi!" Hawakunidadisi, wakaondoka na kuingia chumbani kwa Nandi.

Nilipomaliza kupanga vifaa vya maana sandukuni, nilivaa nguo za safari. Kisha nilivaa hirizi yangu. Sikuthubutu kuisahau tena. Maadam nilikuwa na hakika kwamba uchawi upo duniani kwa aina tofauti tofauti nilikuwa sina budi kuvaa kinga iliyohalisia. Nikatoka nikamwacha Mavengi amesinzia kitini. Zilikuwa saa mbovu. Chumbani kwa Nandi nikamkuta Dina amekwisha jitayarisha. Aliingojea safari kwa shauku iliyochanganyika na wasiwasi mwingi. Nilipomwuliza, "Tayari?" aliitika kwa kichwa.

Nilirudi chumbani kwangu nikamwamsha Mzee Mavengi, nikamweleza kuwa tulikuwa tayari. Naye alisimama na mgwisho wake mkononi, akatoka nje. Nilimfuata huku nimechukua sanduku. Huko nje nikamkuta amesimama kimya anaangalia kusini. Ikawa kama vile aliona kitu cha ajabu sana upande huo. Kisha alinyanyua mgwisho wake juu akasema, "Wingelugudzedzi! Wadze!" Sikuelewa maana yake, lakini alielekea kukiita kitu fulani kutoka pepo za kusi. Si kitambo kirefu kisha Dina naye alitoka na sanduku lake akifuatiwa na Nandi aliyechukua kikapu kidogo cha mkononi. Tukaondoka sote kumfuata Mzee Mavengi.

Baada ya kusafiri kilometa mbili hivi mzee Mavengi alitugeukia akapitisha mgwisho wake katika duara kutuzunguka. Akawa anazungumza katika lugha tusiyoielewa. Kisha alisema, "Nendeni, wanangu. Nimeona kuwa hamtafika mbali na mtakutwa na gari dogo. Ndani yake mtakuwa na mtu mmoja tu naye atawatambua bila nyie kumjua. Anatoka Songea na anakwenda Tanga. Atawachukua bure. Lakini jihadharini, msijaribu kujua habari zake!"

"Tumesikia, mzee wangu!" Nilimjibu kwa mashaka. Kibuhuti kilikuwa kimeanza kuutawala moyo wangu.

Wakati wa kuagana ukafika. Kuagana kule kulikuwa tofauti kabisa na kuagana kokote nilikowahi kuona. Niliagana na Mavengi kama kawaida akanihakikishia kuwa kabla ya kuchwa siku ya pili tungekuwa Tanga tukipunga upepo wa pwani. Nilimshukuru nikaenda kuagana na Nandi aliyekuwa akilengwa na machozi. Kitu fulani akilini kiliniambia singemwona tena, nikaileza hali hiyo kama ni hali iwapatayo wasafiri wengi wa ughaibuni waaganapo na jamaa zao wanaowapenda. Hata hivyo, nilijiona nampa mkono wa buriani. Kitu kama wingu zito hivi kilipanda kikakwama kooni, nikakaribia kulia. Nikamwacha Nandi aagane na Dina. Kuagana kwao kilikuwa kilio!

Tulipoondoka Mavengi na Nandi walituangalia kama vile tulikokuwa tunakwenda watu hawarudi.

SURA YA 8

Kiza kilikuwa kizito, tukawa tunakwenda kwa shida. Mahali pote palikuwa kimya utadhani ulimwengu wote ulikuwa unalala. Ajabu, hata hayawani walalao mchana walikuwa wametuachia usiku huu!

Tulitembea kimya kimya kwa muda, kisha Dina akasema, "Gusto, naona ushindi wa vita hivi unajivuta taratibu kama mtoto aanzaye kutambaa ajivutavyo kumfikia mama yake. Tutashinda, Gusto. Lakini nahofia sitaiona saa ile tukufu."

Nilishtuka nikamwangalia gizani kwa mshangao. Nilisema, "Na kwa nini usiione saa hiyo?"

"Baba hataniruhusu, Gusto!" sauti yake ilikuwa tulivu; ya kukata tamaa.

"Usikate tamaa mapema hivyo, Dina. Unajua kuwa tumekwisha shinda nusu ya vita hivi nawe unaniambia hutaishi kuiona saa ya ushindi kamili. Unanivunja moyo, Dina!"

"Sikati tamaa mapema, Gusto. Mwenyewe unajua hiyo si kawaida yangu, lakini kuna kitu fulani moyoni kizidicho kunihakikishia kuwa sitaishi kuiona saa hiyo. Gusto, natamani kuwa mama wa watoto wako na mtumishi wa nyumba yako. Lakini sidhani kama nitaishi kutimiziwa ombi langu hili." Alishusha pumzi kwa nguvu akageuka kuniangalia. Macho yake yaling'ara gizani. Na kwa sauti ya uchungu aliomboleza, "O Malipula! O Malipula, babaangu! Nimekukosea nini?" Mara aliliweka chini sanduku alililolichukua akaketi juu yake. Niliiweka chini pia mizigo niliyoichukua nikamsogelea. Nilimshika mashavu nikamwinua uso; maji ya uvuguvugu yakaviosha viganja vyangu. Alikuwa analia!

"Dina. . ." nilianza kusema, lakini maneno ya kuendeleza yalinitoka kinywani. Badala yake nilimpambaja nikambusu.

Kisha alijivuta akasema, "Mawazo juu yangu yasikusumbue. Na wala sina kinyongo na tawi litakalokupokea ukitua, njiwa wangu. Nimekuwa nawe kwa muda wa kutosha. Wengi hawapati fursa ya kuishi na ndege wa njozi zao kwa muda kama huu. Binafsi nimeridhika. Kwaheri, Gusto! Alamsiki, ndoto yangu!" Alikiweka kichwa chake kufuani pangu akapumzika ameridhika.

Nilikaa nikayachambua maneno haya ya Dina. Nikadhani kwamba yote yalikuwa ni sababu ya hofu iliyomkabili Dina kwa muda mrefu,na sasa uhuru wake wa kweli. Kwa sababu waoga hufa maradufu kabla ya kifo halisi nilifikiri kuwa huenda mawazo mengi juu ya Malipula na kibuhuti kingi alichokuwa nacho Dina kwa kutoroka kwetu vilimfanya azikuze mno nguvu za Malipula.

Niliamini kuwa umbali wa Tanga na nguvu za hirizi ya Mzee Mvengi vilikuwa ukuta tosha kati Dina na Malipula. Wazo la kifo chake halikunipa akili hata kidogo. Nilimpenda mno hivi kwamba kumkosa kabisa maishani lilikuwa ni jambo lisilowezekana kabisa! Niliamini kwamba aliumbwa kuwa daima nami! Ama hakika ukipenda mtu huwa nusu punguani, kama si punguani kamili.

Mawazo hayo yalikatishwa na ngurumo ya gari lililotukaribia kutoka upande wa Songea. Maneno ya Mzee Mavengi yakaanza kusadifu. Gari hilo lilikuja kasi sana; punde si punde mionzi ya taa zake ilijionyesha lilipokipinda kikuruba cha mwisho kabla ya kutufikia. Halafu gari zima lilionekana. Lilitukaribia na mionzi yake ikatutua na kutuangaza kwa nguvu. Ghafla lilisimama hatua chache tu kutoka mahali tulipokaa. Akatokea kijana mrefu wa Kimanga.

Alisema, "Habari za safari vijana. Nilitegemea ningewakuta mbele zaidi, ndiyo sababu imenipasa kusimama ghafla hivi. Karibuni ndani tuondoke; ni safari ndefu." Alitusaidia kuchukua mizigo hadi garini; tukapanda na kuondoka.

Njia nzima hatukuzungumza. Hali ya gari lile ilikuwa si ya kawaida. Wakati wote moyo wangu ulizizima na nywele zikanisimama. Yule kijana akawa ameng'ang'ania usukani kama asiyejua kuwa mlikuwamo watu wengine mle ndani. Mchana nilimchungua sana uso. Hakuwa mtu wa kawaida!

Saa kumi na moja alasiri siku ya pili tuliingia Tanga. Tukakaribishwa na misitu ya minazi mirefu na miembe mikubwa iliiyotukabili pande zote za barabara. Gari lile likatuchukua hadi Kisosora, nyumbani kwa mjomba wake Dina!

Baada ya kuhakikisha kwamba Dina amepokewa vema na jamaa zake nilijitafutia chumba katika hoteli moja rahisi pale Kisosora nikakifanya maskani yangu kwa majuma matatu yaliyofuata. Nasikia Dina aliulizwa kwa nini alikuwa amekuja ghafla hivi, akajibu kwamba eti safari yake ilikuwa ni matembezi tu kabla ya skuli kuanza. Wakaridhika!

Siku iliyofuata ikawa Mei Mosi, sikukuu ya wafanyakazi. Nikawa nimechoka mno kuhudhuria maandamano makubwa yaliyokuwa yakifanyika mjini kuadhimisha siku hiyo. Nikashinda hotelini napumzika.

Na jioni ile tukafunua ukurasa wa mwanzo wa mazingira ya mji wa Tanga. Tuliongozwa na Stefano, binamu yake Dina, aliyekuwa anasoma katika shule moja ya sekondari mjini hapo. Tulitembelea bandarini ambako Dina na mimi tulijihakikishia wenyewe tuliyofundishwa katika vipindi vya jiografia ya Afrika ya Mashariki. Kweli meli hazifiki ufukoni bali husimama mbali baharini. Mizigo na watu huletwa pwani kwa vyombo vidogo. Kulikuwa na meli kama tatu hivi wakati ule. Tuliona pia mikoko iliyotapakaa pwani kushotoni kwetu na Dina akashangaa kuona kisiwa kilichokuwa kilometa moja hivi baharini hakikaliwi na watu.

Tulirudi kutoka huko bandarini tukaenda kutalii shuleni kwake Stefano. Tulipotoka huko jua lilikuwa linakuchwa ikatubidi kurudi moja kwa moja nyumbani kula chakula cha jioni.

Usiku ule wazee nyumbani kwa kina Stefano walikuwa wanakwenda kuona sinema, nasi tukaona afadhali tukaburudike na dansi mjini. Bendi ya Anatomiki ilikuwa inaporomosha muziki Tanu Hall. Tukaifuata huko.

Ilikuwa saa nne tu za usiku ukumbi ule ukawa umejaa watu tayari. Bibi na bwana iliwabidi wacheze hapo hapo waliposimama, hivi kwamba kama ungetazama kutoka kwa juu ya jumba lile kamwe hungeweza kujua yupi alikuwa anacheza na yupi alikuwa amesimama. Walimwengu walikuwa wanatumbuika na vijana waliotutumka ghafla katika ulimwengu wa starehe ambao ndugu yangu Kichwamaji angeuita ulimwengu wa adhabu....

Mbele yetu kulikuwa na kijana tambo la mtu aliyevaa nguo maridadi sana. Bibie aliyemwandama mchezoni alikuwa mrembo tipwatipwa aliyebahatika sura. Punde si punde alikuja jamaa mwingine ambaye kwanza tu nilimtambua kuwa mlevi. Sijui alitoka Mgandini, au Magari Mabovu, kabla ya kuja hapa, au huu ulikuwa ni mpango wake tu wa uchokozi; lakini alipofika karibu yetu alipepesuka ghafla akamwangukia yule msichana mtanashati. Na yule kijana maridhawa hakukawia. Ilionekana alimjua mlevi huyu. Alitupa mkono mmoja wa nguvu kidevuni mwa yule jamaa mlevi, naye hakuweza kulihimili konde hilo akateremka moja kwa moja sakafuni, utadhani amepigwa kishoka. Alibaki hapo ameshikilia taya lake, na yule kijana maridadi akamwangalia kishujaa; akageuka kumpoza bibie mrembo.

Alikuwa bado hajampapasa vizuri konde zito la kisasi lilipompata kati ya bega na kishina cha taya. Alipepesuka kidogo akauhimili mshindo huo wa ghafla. Akajiweka sawa na kumchungua mpinzani wake mpya. Wakaangaliana mfano wa majogoo wagombaniao tembe. Kisha hasira za yule kijana maridadi zikachemka. Aliruka kwa ghadhabu, akamvamia adui huyu wa pili kama nyamaume aliye na njaa. Lakini hakufika mbali. Alikuwa anaelea hewani miguu yake iliponaswa kwa nyuma na hasidi wa tatu. Bila kujitetea kijana maridadi alibwagwa sakafuni akapoteza meno kadha wa kadha pale pale.

Na watafutao haki duniani ni wengi, lakini kuna makundi mawili tofauti ya wataalamu hawa. Kundi la kwanza ni lile la ndugu watakao haki inayofuata sheria ile ya karne za utamaduni wa Kisumeri; sheria ya jicho kwa jicho. Hawa daima ni wengi na sauti yao ni kubwa. Lakini kundi la pili na dogo ni hili la watafuta haki yenye misingi ya amani. Popote haki inapokosekana makundi haya hujitokeza mara moja. Na yalikuwapo Tanu Hall siku hiyo.

Naam, kijana yule maridadi alipolazwa na kuvunjwa neno sakafuni hakuchelewa kuamsha huruma iliyojisetiri mioyoni mwa watu baki. Masikini, alikuwa anapigana na kundi zima la wahuni peke yake! Hivyo, watu hawakukawia kuchagua pande; wakajinyakulia uwezo wa kuhukumu. Wakadai haki ya jicho kwa jicho, kwa mujibu wa sheria. Lakini wakaadhibiwa pia walikuwa na jamaa zao waliogundua mapema kuwa usalama wa wenzi wao ulikuwa hatarini. Nao pia wakachagua pande kwa kuwalinda ndugu zao. Ndipo Katanga, kama ulivyojulikana ugomvi ule baadaye, ilipozuka.

Wenye nguvu waliwashukuru vijana waliowapa nafasi ya kuonyesha uhodari wao wa kutupa makonde. Mtu alimpiga jirani yake kwa sababu ya uchu wa kupiga mtu! Ukumbi wote ukawa ni uwanja wa mabondia na vilio vya kina mama. Kwa jumla hapakuwa mahali pamfaapo mwanamke hata kidogo.

Stefano na mimi tulimkinga Dina kati yetu tukaanza kutafuata mlango huku tunakwepa makonde yaliyokuwa yanavurumishwa ovyo sasa.

Zilisalia hatua chache tu kuufikia mlango kipigo yabisi kiliponipata bila taarifa. Mlevi kamili alikuwa amenipata barabara kisogoni kwa pigo la chupa ya pombe! Damu ilinuka puani na watu wote ukumbini wakageuka vimulimuli vyekundu! Ghafla blanketi la giza lilitua usoni pangu. Yaliyofuata siyajui. Ninalokumbuka ni kwamba nilipopata fahamu na kufumbua macho niliwaona Stefano na Dina wananitabibia kitandani kwa wasiwasi. Nao hawakukawia sana, wakaondoka tu nilipojisikia sijambo.

Usiku ule usingizi ukaniparama na kichwa kikauma ajabu. Nilijisikia kama vile kichwa changu kilikuwa ni kiwanda cha maseremala na wahunzi; wote wakivigonga vyombo vyao kwa nguvu zote! Nilidhani kujisomea kitandani kungeweza kunisahaulisha maumivu haya; nikaiwasha taa nikalifungua sanduku na kuchukua kitabu cha hadithi. Upepo ulikuwa unavuma kasi sana kutoka baharini; nchi ikazidi kuzizima. Ilielekea kwamba mvua zingenyesha karibuni. Kitambo baadaye kitutumi cha upepo kilizidi na matone makubwa ya mvua yalianza kudondoka hapa na pale yakifanya kelele za vipindi juu ya mabati paani. Punde si punde mvua za mpepea zilianza.

Ghafla jambo lilinijia akilini, nikahisi itilafu fulani dirishani. Nilitoka kitandani nikayafunua mapazia na kuangalia nje. Sikuona kitu. Milizamu ya mvua kutoka paani ilikuwa inamwagika ardhini mfano wa maporomoko ya Luhudzi wakati wa kifuku. Giza lilifunga kote.

Nilikuwa nayafunga mapazia niliposikia mtu ananiita kutoka mahali fulani mbali. Niligeuka ghafla nikidhani labda Stefano alikuwa amerudi kunijulia hali. Lakini sikumwona mtu ndani. Nikategemea kuwa yumkini mtu huyo alikuwa nje. Niliyavuta pembeni mapazia nikafungua dirisha na kuangalia nje tena. Kwa muda sikuona dalili ya binadamu. Mvua zilizidi na upepo ukaendelea kuvivunja vilele vya minazi. Giza nalo lilikita.

Na mara mtu mrefu na mnene kiasi alizuka. Alikuwa amevaa kanzu ya doria na kitunga cheupe. Alibeba sanduku refu begani. Akaniamuru nimfuate! Ubaridi wa hofu uliniingia moyoni nikaghairi. Nilikuwa nimesikia mara nyingi mno juu ya majini wa Tanga, na sikuweza kuamini kwamba kiumbe huyu alikuwa binadamu halisi! Na japo kiumbe huyu alikuwa binadamu alikuwa anafanya nini nje saa hizi na hali ya mvua ile? Hata hivyo niliwaza, iwapo huyu ni binadamu basi ni lazima awe mmoja wa wanaonifahamu. Na kwa vile nilikuwa mgeni Tanga sikutegemea mtu anifahamu kwa jina, isipokuwa labda Dina na Stefano. Na kulihali kiumbe huyu hangeweza kuwa mmoja wa ndugu hao! Fikra hizi za wasiwasi na mashaka zikaambaa mbali.

Nilitaka kulifunga dirisha ili nijifanye kama sikumwona, nikashtukia amesimama katika nyendo zake. Sasa alikuwa amefika katika uchochoro mmoja ambapo mwanga wa taa za barabarani ulifika. Nikamwona vizuri. Aliniangalia kwa mshangao wa kiburi. Sikujua alitaka nini kwangu, lakini mara ile mwili wangu uliingiwa na hali ngeni kabisa. Hamu ya utafiti ilizidi na tamaa ya ajabu ya kumfuata ilizuka moyoni. Nikalifungua dirisha na kutoka nje. Nililifunga dirisha hilo taratibu nyuma yangu, nikamwandama kiumbe huyu.

Tukawa katika barabara yenye taa. Nilimfuata mtaa baada ya mtaa lakini hakufanya bidii yoyote ya kuningoja wala kunipotea. Umbali kati yetu ulibaki ule ule, kama meta hamsini hivi.

Baada ya mwendo si mrefu aliiacha barabara kubwa akafyatuka kuingia barabara nyembamba iliyopita katika msitu wa minazi mirefu na mibuyu minene. Tulikuwa tunaelekea mava, kule Chumbageni! Hata hivyo, sikusita nikaendelea kumfuata. Tulipofika huko aliliweka jeneza lake chini kando ya kaburi jipya, akaanza kulia kwa ukelele wa ukiwa na majonzi mengi. Wakati wote alitazama upande nilikokuwa kwa uchungu wa roho.

Kutazama kwake upande huu wangu kukanifanya nami nigeuke na kuangalia nyuma. Hatukuwa peke yetu. Nyuma yangu kulikuwa na halaiki ya waungwana waliovalia kanzu nyeupe na kofia za kitunga! Wote walikuwa katika hali ya uchungu na simanzi tele. Upande wa kushoto kulikuwa na kina mama waliojitanda buibui. Hawa walikuwa wanalia kimya kimya.

Nilimgeukia yule jamaa yangu. Sasa alikuwa katika shughuli za kulizika jeneza lile. Aliliteremsha pole pole ndani ya kaburi, akaanza kulifukia taratibu kwa mikono. Alipomaliza alinigeukia akanitazama sana huku anatabasamu kifedhuli. Akasema, "Usihangaike kunitazama sana, Gusto. Kwa vyovyote huwezi kunitambua. Ndimi binti pepo wa Malipula; nimekuja kumzika Dina, binti yangu. Sasa zamu yangu imekwisha; bado yako. Inahuzunisha mno na kutonesha roho unapolazimika kulizika tunda la maisha yako kabla ya wakati wake. Lakini imenipasa kutimiza ahadi. . . .

"Najua kama utashinda malau haya. Ndiyo sababu nikafanya hivi ili nitakaposhindwa watu wasije kusema nimekuwa ayari. Nimetimiza ahadi yangu. Lakini kumbuka jambo moja; sitakuruhusu ushinde kwa urahisi! Na bahati yako unaye yule ndumilakuwili Mavengi upande wako. Ama leo hungekuwepo hapa kuhudhuria mazishi haya! Naam, tumeonana tena kwa matumaini hii si mara yangu ya mwisho kukutana nawe.. .!" Baada ya maneno haya Malipula na wenziwe wakaanza kutoweka taratibu wakielea hewani. Hatimaye walipotea mithili ya mvuke!

Na ghafla nilizindukana. Mvua ilikuwa ya mkaragazo. Upepo ukavuma mfano wa kimbunga. Kaburi lile jipya halikuwepo, na wala hakukuwa na dalilli yoyote iliyoashiria kuwapo kwa watu wengi hapo awali! Iwapo kupita tu makaburini mchana peke yangu ni mwiko, sembuse sasa usiku, tena baada ya yote hayo niliyoyaona na kuyasikia! Hofu na woga wa ajabu vilinishika na nywele zikasimama kimbimbi. Damu ilikwenda mbio kichwa kilikuwa kikiniuma mno nilifutuka nikakimbia mbio ambazo sijawahi kukimbia tena maishani! Nilifika hotelini alfajiri na mapema, nikaingia chumbani kupitia dirishani.

Niliyabadili haraka mavazi yaliyolowa mvua nikayachuja na kuyaanika. Nikashika tama na kuwaza. Je, hii ilikuwa ndoto ama vipi? Taa ilikuwa bado inawaka. Nilikiangalia kitabu nilichokuwa nakisoma hapo mapema, nikakiona kingali pale pale kitandani nilipokiacha hapo awali. Haya yote nilikumbuka wazi kabisa yalitokea. La hasha, nilijiwazia moyoni, hii si ndoto asilani. Mambo haya yametokea kweli. . .Yakazidi kuniwia magumu!

Kuwepo kwa pepo wa Malipula pale Tanga kulinipa wasiwasi na mashaka mengi. Maneno yake yakanifutusha akili. Aste aste nilianza kuhofia kwamba maneno ya Dina yalikuwa yakisadifu. Kwa kweli, nilianza kutambua sasa kwamba kulihali Malipula hangemruhusu Dina aishi kuiona siku ya ushindi wa vita hivi. Kwani kuwapo kwa Dina siku hiyo kungemwongezea tu aibu na kumwathiri moyo. Ukweli ni kwamba mbali ya yote vita hivi vilikuwa ni vita vya nyakati; vita vya samaki wakubwa kumeza wadogo; vita vya wazazi kunyonga wana ili kukamilisha matashi yao! Malipula alifahamu wazi kwamba Dina alikuwa ni sehemu ya maisha yangu; tumaini zima la ujana wangu. Kwa hivi hata kama angeshindwa katika ugomvi huu angekuwa ameniwahi mno kwa kumwangamiza Dina. Angenipa donda ndugu ambalo kulitibu haingewezekana ila kujitokeza na kupigana kiume kulipa kisasi, na hapo Malipula angepata fursa ya kujilipiza kisasi chake kwa ushindi huo!

Kumwua mwana si kazi rahisi. Ni kitendo kitakacho usahaulifu mkubwa baadaye, ambao kwa hakika binadamu hatuna. Hata hivyo, Malipula alikuwa amewaahidi wenzake kwamba laiti Dina angejasiri kushirikiana nami basi kichwa chake kingekuwa bora zaidi ghalani mwa Malipula. Na sasa zaidi ya kushirikiana tu Dina alikuwa ameshiriki kutoroka nami. Alikuwa ametandika kitanda cha miiba na ilimbidi akilale. Dina alikuwa hana budi kufa kuiokoa heshima ya baba yake!

Niliketi nikawaza, nikapiga bongo; lakini sikuweza kupata njia ya kumwokoa Dina. Mzee Mavengi alikuwa karibu, lakini bahati mbaya hakuwa na nguvu za kutosha kuuzuia uovu huu. Dawa zake zilikuwa ngeni. Hirizi aliyompa Dina siku ile tunaondoka haikutosha kitu mbali ya kuwa na kinga ya maovu madogo madogo. Nilifikiri nikashindwa; nikakata tamaa. Siku ilikuwa mbaya sana kwangu.

Mvua ilikuwa imepasua kabisa sasa. Mionzi ya jua ilichipuka matlai ikaving'aaza vilele vya minazi mirefu. Nilivutiwa na mabadiliko haya ya hali ya hewa, nikaondoka kitandani nilipokuwa nimekaa muda wote huu, nikalifungua dirisha na kuliacha wazi ili upepo baridi wa asubuhi uweze kupenya chumbani. 'Liwalo na liwe' nilijisemea moyoni kwa huzuni. Mambo yalikuwa yamezidi kikomo.

Mbali ya tukio hilo wiki tatu za kukaa kwetu Tanga zilikuwa anisi. Tulikuwa tumefika wakati wa neema na mafanikio makubwa nchini. Azimio la Arusha lilikuwa ndiyo kwanza limetangazwa; nchi ikawa na msisimko wa tumaini jipya la maendeleo. Ingawaje si kumbukumbu ya Malipula na hila zake ningehisi muda umeharaki mno. Bali sasa nilitamani muda wa kuondoka ufike upesi ili tujiepushe na balaa hili. Sikujua Malipula angetimiza lini kitendo chake kiovu. Kila siku ikaleta wasiwasi mpya!

Nilihamanika nikatamani kuwa msiri wa gubu hili, lakini sikupenda kumwongezea Dina wasiwasi mwingine zaidi. Tena basi alionyesha kuyasahau kabisa maneno yake. Wakati wote akawa mchangamfu na mwenye furaha nyingi. Nikaona ni dhambi kubwa kumweleza juu ya wasiwasi wangu na kumwondolea raha hii tukufu na ustarehefu huo wa mawazo. Nilijaribu kujikaza kiume, nikayatupilia mbali mawazo hayo maovu. Bali wakati nao ulikuwa ukijikokota taratibu mno.

Hatimaye Ijumaa iliwadia. Ilikuwa siku yenye joto jingi asubuhi, lakini kuelekea jioni hali ya hewa iligeuka sura. Mawingu yalianza kujikusanya, yakatanda anga zima. Giza likaingia kabla ya machweo. Radi zilimeka hapa na pale, ngurumo zikasikika toka pande zote za dira. Dhoruba haikuwa mbali.

Jioni ile nilifunga mizigo yangu, nikajitayarisha kwa safari ya Dar es salaam. Tungeondoka usiku ule kwa gari la abiria na tungefika Dar es salaam asubuhi. Tulikuwa tumepanga hivi ili Dina apate fursa ya kutalii jiji kabla ya kwenda zake Morogoro shuleni. Kwa kumrahisishia safari Dina kutoka Kisosora hadi stesheni Mzee Kiyao alikuwa ameagiza gari dogo kutoka moja ya mashirika ya magari madogo hapo mjini. Nami nikafanya mpango kusafiri nalo.

Baada ya chakula cha jioni, mnamo saa mbili na nusu usiku hivi, niliondoka hotelini kwangu nikaelekea nyumbani kwa kina Kiyao. Punde tu gari nalo likafika. Mvua za radi nazo zikawa zimeendelea kunyesha muda mrefu. Tuliitoa mizigo yetu na dereva aliipakia akaipanga vizuri ndani ya gari. Kisha tuliagana na mama na ndugu zake Stefano. Mzee Kiyao na Stefano wenyewe waliwania kutusindikiza hadi stesheni.

Lilikuwa gari imara, tukawa tunakwenda mwendo wa wastani. Mzee Kiyao aliketi kiti cha mbele pamoja na dereva, sisi watatu tukakaa kiti cha nyuma. Dina alikuwa kati yetu. Taa za barabarani na mimeko ya radi ndivyo pekee viliweza kulitawala giza nene lililotanda kote. Ngurumo zilisikika kila upande na mwungurumo wa motokaa umemezwa nazo. Barabara zilijaa vidimbwi vya maji, na mvua zikawa zinazidi kuvijaza tu maji.

Kwa muda kulikuwa na ulitima wa kughafilisha moyo, umeme ukawa umepoa na ngurumo kutulia. Ikabaki tu sauti ya midondoko ya matone ya mvua na mirindimo ya gari letu. Barabara haikuwa na gari zaidi ya hili letu. Kimya kilikithiri; harufu ya mauti ikatapakaa pote. Hali iliyonipata majuma matatu yaliyopita kule makaburini ilianza kunirudia tena; nikaogopa!

Tulikuwa tunapinda kuruba na kuingia barabara ya Korogwe umeme mkali ulipomeka juu yetu, ukafuatiwa na ngurumo uliokaribia kuyapasua masikio yangu. Kwa dakika kadhaa macho yalitia kiwi, hata sikuona tena yaliyotukia. Nakumbuka ndani ya gari, nikajiona kurushwa juu juu. Hatimaye nilitua chini ghafla, kichwa kikakigonga kitu fulani kigumu mfano wa jiwe. Halafu kukawa kiza....

Niliamshwa kutoka katika usingizi huo wa wafu na harufu kali ya madawa, nikajiona nimo kitandani katika chumba kizuri kilichoangazwa kwa taa moja ya umeme iliyoning'inia darini mfano wa tunda bivu lenye kikonyo kirefu. Pembeni mwa kitanda karibu yangu palikuwa na dada mzuri aliyeniangalia kwa macho maangavu, yenye tabasamu la huruma. Nilimtambua kuwa mwuguzi, naye akanisogelea na kusema, "Wajisikiaje sasa, Gusto?" Alilitamka jina langu kama Gasto. Na mara fahamu zikanirudia; nikakumbuka yote! Nikasema,

"Wenzangu wote salama?"

Akasema, "Dina na dereva wameumia sana. Wengine ni salama."

Kitu mithili ya mwale wa moto kiliuchoma moyo wangu, nikasema, "Na Dina yuko wapi sasa?" Niliyakumbuka maneno ya Malipula, moja baada ya jingine; nikaogopa!

Yule dada akasema, "Yupo katika chumba cha pekee, na madaktari wapo huko wakimshughulikia. Kwa kweli hali yake ni ya hatari kidogo..." Maneno yake yalizidi kusinzia, yalimlengalenga akageukia pembeni; akalia kimya kimya.

Sikuwa na muda wa kujua sababu ya kumliza kwani mara ile daktari aliingia. Yule dada alijifuta futa haraka akamkabili daktari aliyetaka kujua juu ya afya yangu. Alipoambiwa nilikuwa nimepata hujambo kidogo aliniashiria nimfuate. Kichwa kiliniuma sana lakini nilimfuata kwa kibuhuti. Tukapita chumba cha kwanza na cha pili, tukakifikia cha tatu. Hapo daktari alifungua mlango taratibu akaniashiria niingie.

Chumba kilishabihi sana kile cha kwangu, kasoro tu ya vyombo vya matibabu ambavyo vilikuwa vingi mno ndani hapo. Kitandani palikuwa na kiumbe aliyefungwa matambara meupe mwili mzima hata akapoteza kabisa uwiano wa maumbile. "Ni msichana mliyekuwa naye," daktari alininong'oneza sikioni. "Ana haja ya kuzungumza nawe faragha."

Nilikubali kwa ishara ya kichwa naye akatoka nje. Kisha nilimsogelea Dina nikapiga magoti pembezoni mwa kitanda karibu naye, nikaita "Dina...?"

Bila kugeuza kichwa Dina aliutoa mkono wake wa kushoto kwangu, akasema, "Yametimia, Gusto! Na nashukuru kwamba umeweza kufika katika saa yangu ya uchungu. Gusto, kwa yakini baba hakuweza kustahimili ili nione siku ya ushindi. Sasa unaamini kwamba niliyokueleza ni swadakta, ee?" Alijaribu kutoa tabasamu bila mafanikio; akasema, "Hata hivyo, nashukuru kwamba ameweza kuitimiza ahadi yake kama mwungwana." Sauti yake ilikuwa dhaifu, akaonekana kuvuta pumzi kwa taabu sana. Maneno yakawa yanamtoka utadhani aliyesemea ndotoni.

Alisema, "Mali yangu yote, isipokuwa kitabu kilichoko sandukuni mwangu, wape maskini. Barua na picha zako zilizo ndani ya faili zichome moto. Kitabu hicho kitunze kwa kunikumbuka." Alipumzika akavichezesha vidole vyake mikononi mwangu.

"Nimesikia, Dina," nilimnong'oneza sikioni kwa sauti ya uchungu mkuu, nikaugusa mkono wake kwa shavu langu la kushoto.

Akaendelea, "Wape salamu kina mjomba, mama, Stefano na nduguze wadogo. Waambie niliwapenda . . . O Gusto, saa yangu i karibu. Nasikia nyimbo tamu za videge, zinakuja kwa mbali sana. O nasikia sauti ya maji makuu. Nasikia pia mnong'ono wa pepo. . . Naitwa. . . Naitwa. . . !" Na ghafla, kama aliyekumbuka kitu, alishtuka akanishika kwa nguvu, akasema, "Gusto, unanipenda?"

"Unajua wazi kama penzi langu kwako halina dosari, Dina. Nakupenda kuliko vitu vyote duniani!" Hayo yalinitoka katika kiini cha moyo.

"Najua! Basi tafadhali usije mazishini kwangu. Njoo kaburini siku mbili baadaye peke yako uniwekee maua."

"Nitafanya hivyo, Dina. Naahidi!" Katika hali ile ningeweza kuahidi kuuhamishia Mlima Kilimanjaro Njombe!

"Mola mhisani akujalie umri tawili."

"Amin." Niliitikia pole pole.

Alikaa kimya kwa muda, nami nikainuka nikitarajia kuketi kitandani. Na kama vile ugonjwa unamzidi alinyanyuka alipolala

akanishikilia mkono akinivutia kwake. Aliomboleza hivi:
"Usinitoroke, Gusto! Kaa nami, tafadhali! Kesha nami saa hizi chache.
Kaa nami, Gusto! Nitakukumbuka milele!"

Nilimwinua nikamkumbatia; nikampakata. Macho yake
hayakunipa tumaini kubwa, lakini nilijitahidi nikasema, "Usihofu,
Dina. Nipo nawe mpaka utakapopona tena. Usitie shaka, mimi ni
wako milele amina!"

"Asante, Gusto," alisema kwa utulivu kidogo. "Asante, rafiki
mwema. Nilidhani ungenitoroka saa hii ya kihoro! Subiri Gusto.
Bado muda kidogo utakuwa huna tena subiri kidogo tu, sahibu
adili. Subiri –subiri –subiri… " Sauti yake iliyeyuka hewani. Mara
macho yake yalifungika na misuli yake ikatoka kwa uhai. Moyo
wake haukupiga tena!

Nilimlaza vizuri kitandani, nikaiweka mikono yake katika hali
ya kuomba toba. Nikapiga magoti na kuomboleza, "Naam, hakika
yametimia! Ewe Wadudi, Ipokee roho ya mtumishi wako! Istareshe
kwa amani; amin!"

Si kitambo baadaye daktari naye akaingia amefuatana na yule
dada mwuguzi ambaye aliniongoza chumbani kwangu. Nikafika na
kuketi kitandani. Mawazo ya huzuni na machozi yakajibubujisha
akilini mfano wa chemchemi ya maji ya moto. Kila fikara ilinichoma
vipya ikaongeza majeraha maki mbili moyoni mwangu. Ningekuwa
nimeelezwa na mtu juu ya kifo cha Dina singeamini hata kidogo,
lakini kwa vile alikuwa amefia mikononi mwangu sikuweza kuukata
ukweli! Ewe wa mbinguni, nilijiwazia, inawezekanaje uhai ujivuniwao
na kila binadamu duniani kwisha kwa kujiyeyukia tu kama mvuke?
Sikuweza kupata jawabu sahihi! Jambo moja tu lilikuwa dhahiri;
nalo ni kwamba mauti ni mgawanyi asiye choyo, asiye aibu wala
huruma. Mauti ni mwizi aingiaye hazinani na kuchukua rasilimali
yote bila kujali donda ampalo mwenye hazina! Kitu kizito kilipanda
kikakwama kooni. Machozi yakanilenga. Sikuweza kustahimili;
milizamu ya machozi ilipevuka ikatiririka mithili ya michirizi ya
mvua katika paa la bati.

Mwuguzi wangu aliyekuwa ananiangalia muda wote huo
alinisogelea akakaa karibu yangu kitandani. Alinishika kwa upole

akasema, "Tulia, Gusto. Punguza machozi hayo mengi. Kila chenye mwanzo kina mwisho. Vingine hudumu na vingine huisha upesi. Hivyo ndivyo yalivyo maisha yetu sote. Yote si juu yetu kuamua, Gusto. Uamuzi una Mungu pekee!"

Aliendelea, "Usisikitike sana, ndugu. Rafikiyo amekwenda ifurahia amani ya milele katika Nchi ya Vivuli; nchi ambayo jua halioni machweo; nchi ambako machungu na huzuni ni vitu ibura masikioni mwa wenyeji wake. Yafaa ufurahi naye katika mafanikio hayo ya mwisho!" Alipumzika kidogo na kisha, kama ajizungumziaye mwenyewe, alisema, "Hakika alikuwa msichana mwema. Sijawahi kuishi na msichana mpole kama yeye. Sina shaka Mola ataipumzisha roho yake mahali pema peponi!"

Nilimgeukia nikamwangalia kwa mshangao. Akawa ameelewa mashaka yangu. Alisema, "Jina langu ni Lulu Tomaso. Marehemu alikuwa rafiki yangu mkubwa. Tulikuwa katika darasa moja shuleni. Hivi sasa nimo katika likizo ambayo kwa kweli imekwisha. Lakini kwa sababu ya msiba huu nitasalia hapa kwa wiki moja zaidi. Kwa muda wa mwezi mzima nimekuwa nafanya kazi kama mwuguzi katika hospitali hii; shauri ya upungufu wa wauguzi wenye ujuzi.

"Sikujua kama mlikuwa mmefika hapa Tanga hadi majuma mawili tu yaliyopita. Kwa bahati tu tulikutana na marehemu huko sokoni. Yeye alikuwa na mama mmoja hivi ambaye nadhani ni mke wa mjombaake. Akawa amenieleza yote katika faragha. . ." Na maelezo hayo yakawa yamejibu maswali mengi niliyokuwa nayo juu yake Lulu.

Ulikuwa usiku wa manane Lulu aliponiaga na kuondoka. Nikabaki kitandani japo usingizi ulikawia sana. Mfuo wa mawimbi ya simanzi na majonzi na tamaa kali ya kutaka kisasi vilinisumbua akili; pole pole mwanzoni na halafu kwa nguvu zote mfano wa bamvua la mwezi mpevu liwafadhaishavyo kaa ufukoni.

Nilikuwa sina haki ya kumwingilia Malipula katika mambo ya nyumbani mwake. Alikuwa amemwua binti yake aliyekuwa angali mwali, nami ningemdai nini? Hivyo ndivyo Malipula alivyotaka watu wengine wawaze. Bali hivyo sivyo ilivyokuwa. Ukweli ni kwamba alikuwa amemwua Dina kwa sababu kwa kufanya hivyo angeniumiza kindanindani na kunifanya nitwae ghadhabu na kutaka kisasi; nijitokeze na kukutana naye ana kwa ana.

Mimi si mlipizi kisasi, lakini kitendo hiki cha Malipula kilitosha kabisa kumfanya mtu yeyote atwae mkuki na ngao yake kujitetea! Kwa kitendo hiki pia Malipula hakuwa ameniumiza mimi tu, la hasha ameleta hasara kubwa kwa taifa zima. Kwa yakini alikuwa ameikosea jumuia kwa jumla, na alistahili kuchukuliwa hatua za kisheria. Bali kwa bahati mbaya umma haukuweza kulitambua kosa lake hili. Mauaji aliyoyafanya yalikuwa ni mauaji ya siri za sihiri. Ni mimi peke yangu niliyeshuhudia dhambi hiyo na ilinipasa, kama raia mwema, kumpeleka mbele ya sheria. Lakini ingekuwa vigumu kwangu kuithibitisha kauli yangu kizimbani. Malau haya yangemhitaji mchawi ama mtambua wachawi kama Nguvumali kuwa shahidi, na wachawi huadimika mchana. Kwa hivyo, mashtaka yangu kulihali yangeonekana ya kipuuzi. Njia iliyosalia sasa ilikuwa moja tu: nilikuwa sina budi kuhakikisha kuwa haki imefanyika. Ilinibidi kufuata sheria ile ya kale inayodai jicho kwa jicho. Nilikuwa sina budi kulipiza kisasi kwa niaba ya Dina na umma!

Nilipofika nyumbani kwa kina Kiyao Jumapili ile, baada ya kuruhusiwa kutoka hospitali, nilikuta wamekwisha maliza maandao ya maiti. Malipula alikuwa ameidhinisha mazishi haya kwa njia ya simu. Yeye mwenyewe na jamaa wengine wangefika mwishoni mwa wiki ya pili kukunja matanga.

Maandamano ya kwenda makaburini yakaanza.

Jeneza lilikuwa limepambwa vizuri kwa matita ya maua, likawa limebebwa kwa gari dogo la wazi lililoyatangulia magari hayo. Nilitamani mno kwenda kumsindikiza hayati Dina katika safari yake hii ya mwisho, lakini wosia wake ulinizuia. Nilisimama mlangoni nikayaangalia maandamano ya jamaa na marafiki wa kina Kiyao waliokuja kutoka sehemu mbalimbali mjini kuhudhuria mazishi haya. Nilitamani kuwa karibu na Stefano aliyekaa karibu na jeneza akiangaliana na mzee wake kwa upande wa pili; machozi yakanitoka. Nisingemwona tena msichana pekee niliyempenda kwa dhati! Niliuangalia msafara huo hadi ulipopinda kuruba ya mwisho na kupotea, nikapunga mkono wa buriani; nikasema kwa ghaibu, "Enenda kwa amani, muhebi. Nenda salama wangu wa moyo. Natamani kuja nawe walau nusu ya safari lakini sijiwezi. Samahani, kipenzi!" Maneno yalinikwama kinywani nikashikwa na kwikwi la majonzi. Machozi yakagharikisha uso wangu. Nusu ya tumaini langu la maisha ilikuwa imekwenda ndani ya jeneza lile!

Jumanne asubuhi nilifika kule makaburini kwa siri kama marehemu alivyotaka nifanye. Ilikuwa ni asubuhi tulivu yenye jua kali. Ndani ya mfuko nikawa nimechukua matita mawili ya maua ya waridi yaliyochanganyika na yungiyungi na maua mengine ya samawati. Pia nililreta taji moja la kijani lililopambwa kwa maua ya rangi aina aina. Hili lilikuwa ni la plastiki na lingeishi siku nyingi baadaye.

Sikupata shida kulitambua kaburi la marehemu, kwani lilikuwa ndilo jipya pekee wakati huo. Tena basi ajabu lilikuwa pale pale ambapo Malipula alikuwa amefanyia mazishi yake ya bandia majuma matatu hivi yaliyopita! Pia msalaba wake mpya mchagoni ulionyesha wazi kabisa kwa herufi kubwa nyeusi. Nilisimama kwa huzuni mkabala wa kaburi lile nikasema, "Nimefika kama nilivyoahidi, Dina, ili ombi lako litimizwe."

Niliyaweka yale matita ya maua pande zote za kaburi, nikaliegemeza lile taji la plastiki msalabani. Kisha nilisimama nikasema, "Pokea zawadi hizi za maua mfuto. Sina zaidi cha kutoa isipokuwa moyo wangu ambao ni mali yako tayari." Nilitulia kidogo, nikaendelea, "Nachukua nafasi hii pia kuomba jambo moja muhimu. Nakusihi unipe heshima ya kujilipiza kisasi kwa Malipula, baba yako. Ameniumiza vya kutosha na juhudi yangu ya kubaki mpole haina budi kukomea hapo. Moma ni nyoka mpole lakini akichomoza huuma, na akiuma sumu yake haina dawa. Dina, nipe fursa hii kwa mara ya mwisho, tafadhali. . ."

Kwa mbali nilisika msalagambo wa chamchela nikashangaa kilitokea wapi, kwani asubuhi ilikuwa tulivu sana. Hata hivyo sauti ile ilizidi kusogea kwa kasi sana, hata baadaye nikaweza kukiona kinyamkela chenyewe. Kilitokea kusini–mashariki ya mava yale. Kilipita usawa wa kaburi nilisimama kikayachukua maua yote vup, na kuyatawanya makaburini pote. Lile taji la plastiki ndilo pekee lilisalia. Halafu kimbunga hicho kiliendelea na safari yake kikapotelea mbali kaskazini –magharibi katika mwendo wake ule ule wa kasi. Mahali pote pakawa kimya tena.

Nilihisi kwamba hayati Dina alikuwa ameipokea zawadi yangu na kunisikiliza ombi langu. Nikasema, "Asante, muhebi. Asante, mpenzi shujaa! Nilijua kama ungekubali ombi langu kama rafiki na mfadhili mwema. Mola akupe ustawi wa milele!"

Sikuwa na zaidi la kufanya, nikasema, "Dina, sina budi kuondoka kesho jioni kurudi shuleni. Itakuwa ni muda mrefu baadaye nitakaporudi kukuona tena, lakini kurudi ni sharti nitarudi. Hili naahidi! Nachukia mno kukuacha hapa peke yako, lakini nitafanyaje? Sheria za maumbile hazina mtanguzi. Kunradhi, muhibu. Kwaheri, kipenzi kamilifu. Pumzika kwa amani, moyo shujaa!" Niliinamisha kichwa kwa heshima na huba nyingi, nikajivuta na kuondoka kwa moyo mnyonge na mpweke. Nusu ya tumaini langu la maisha ilikuwa imesalia kaburini mle, ughaibuni!

SURA YA 9

Siku zote tatu juma lile sikuingia darasani na wala sikusoma chochote. Usumbufu wa moyo na uchungu wa roho vilirudishwa upya kabisa kila nilipomkumbuka hayati Dina. Uchungu ulizidi ule wa nyoka. Shauku ya kisasi ilikuwa kali moyoni ikanipa usononi mkubwa wa mawazo. Lakini kulihali singeweza kuondoka wakati huo na kwenda kujilipiza kisasi; kwani hulka yangu ilikuwa imegawanyika katika sehemu sehemu – moja kubwa zaidi ya nyingine ikidai kisasi. Bali pia sikuweza kuzibeba hizo ndogo ndogo zilizotaka msamaha na usahaulifu. Na kwa kuwa ni busara kutenda hatari kwa hamaki nilivuta subira nikangoja nafasi ambapo jawabu lingejileta lenyewe. Lakini, kama wahenga walivyobaini, niliamini kwamba dawa ya moto ni moto.

Hadi mwisho wa juma la kwanza moyo wangu ulikuwa bado mzito. Hali yangu ilikuwa haijabadilika hata kidogo. Basi siku moja mwalimu wetu wa Kiingereza akaniita faragha nyumbani kwake akasema, "Gusto, nimesikia malalamiko kadha wa kadha kutoka kwa walimu wenzangu kuhusu maendeleo yako darasani. Yayumkinika kwamba umerudi nyuma isivyo kawaida yako muhula huu. Mwalimu wa michezo pia anasema umedhii sana kimchezo. Ulikuwa mchezaji mzuri sana hapo zamani lakini yasemekana sasa huwezi hata kukaribia umahiri wa mchezaji wa kawaida. Kuna kitu kinakutatanisha akilini?"

Alikuwa mwalimu niliyemzoea, tena mpole mwenye busara. Nikajua kwamba angenisaidia. Nilimweleza juu ya uhusiano wangu na Dina na jinsi kifo chake kilivyonisonga roho hadi leo. Alinisikiliza kwa makini yaliyojaa usikivu bora wakati wote huo na mwisho akasema, "Nakusikitikia pia, Gusto. Jambo hili ni la kuhuzunisha sana, nalo limekufika wakati mbaya mno. Hata hivyo jambo moja ni wazi, kuendelea kutafakari sana juu ya msiba huo hakutakusaidia lolote sasa. Ukiendelea utajidhoofisha akili na kujinyong'onyeza mwili; hatimaye utakufa kwa kihoro. Na hili sidhani kama litamfurahisha hata marehemu. Lililopo sasa na kujaribu kusahau yaliyopita. Binadamu tumeumbwa na kama vitu vyote vilivyoumbwa, hatuna budi kufa. Kwani kufa ni nini kama si mabadiliko tu ya uhai? Tuzaliwapo hatujui tulikotoka wala twendako; ni siri iliyofichika....Kilichotwaa uhai wa rafiki yako ndicho kilindacho uhai wako sasa....Ni mambo magumu, Gusto! Si rahisi kufikirika; mtu ni lazima akubali kwamba ni hali ya dunia!

"Lakini ungali kijana bado, Gusto. Akili zako zi timamu, nguvu ziko mwilini na damu bado i moto mishipani. Kitu gani kitakuzuia usipate mwenzi mwingine? Dunia imejaa viumbe hawa, na nambari yao huongezeka mwaka hadi mwaka. Ngoja, Gusto. Itakuja siku utampata aliye bora zaidi ya marehemu, nawe utatambua kuwa huzuni ya kuendelea haikuhalisia."

Sikukubaliana na maneno yake hayo ya mwisho, nikataka kumbishia kwa kusema, "Mwalimu -" Lakini alinikatisha kauli yangu akasema,

"Huwezi kujua sasa, Gusto. Ya Mungu mengi. Hata hivyo ni vizuri zaidi kwako ukianza kuyasahau pole pole yaliyopita huku ukiweka nia katika mambo yajayo. Kumbuka kuwa mitihani yako i karibu na pia si rahisi!"

Naam, nilizifuata hoja zake hizo na baada ya siku chache nilianza kuyaona matunda yake. Kifo cha Dina na hamu ya kisasi vilianza kutoweka taratibu kama njonzi. Badala yake nilianza kupata nguvu mpya ya uvumilivu. Hali ya kuendelea na maisha ikawa inanirudia kwa tasihili. Maonyo ya Bwana Ericson yalikuwa yakinielekeza katika sehemu zile ndogo zilizotaka msamaha na usahaulifu.

Jumamosi ile, baada ya mchezo mkali wa mpira, nilikuwa na uchovu mkali sana; nikaenda kulala mapema. Lakini usingizi ulikawia. Wakati wote mawazo yakawa na mseto akilini. Niliwaza jinsi nilivyocheza mpira jioni ile; nikakariri makosa niliyofanya, nikajipa na heko kwa mabao niliyoyafunga kwa ufundi na kuiletea timu yangu ushindi. Pia niliwaza jinsi ya kuijibu barua ya Lulu iliyonifikia mchana ule kutoka Morogoro. Alikuwa amenieleza kuwa vitu vyote vya marehemu alikuwa amevigawa kwa maskini tayari; akamaliza kwa kunifadhili utumishi wake katika jambo lolote ambalo nilidhani angeweza kunisaidia. Hivyo, mawazo yalizidi kuchanganyika; hatimaye nililala usingizi.

Usiku wa manane niliamka kwa msisimko mkuu nikaangalia huku na huko. Lakini kila kitu kilikuwa mahali pake. Nikahisi kuwa hii ni ndoto tu. Nililala tena, na si muda mrefu baadaye njozi ile ikanirudia; nikaamka! Hata hivyo nililala tena. Sasa nikaona njozi hiyo vizuri zaidi.

Ulikuwa usiku wa mvua nyingi na mvumo mkali wa pepo. Nilikuwa nimesimama mahali fulani mbugani nikaingia nyumba yetu. Kwa macho ya ajabu niliweza kuwaona mama na Nandi waliokuwa wamelala fofofo wanateremea usingizi wao. Kwa nje ngurumo zilizidi na pepo zikawa za mbisho.

Kwa kitambo kirefu baadaye ngurumo zilitulia, kukawa kimya kidogo. Lakini ghafla mwali mkali wa radi ulipita juu ya paa la nyumba; moto mkali ukawaka! Mama na Nandi wakawa wamekauka tu kama sanamu! Muda kidogo tu kabla ya kuzimia walionekana kugaagaa vitandani mwao kama waliokuwa wanaamrishwa kufanya hivi. Wala hawakufanya jitihadi yoyote kujisalimisha; yalikuwa ya kutisha! Mateso makali ya mauti yakawa yameandikwa nyusoni mwao!

Moto uliendelea na uharibifu wake kwa kasi ajabu. Punde kidogo paa lilianguka likatumbukia ndani. Mama na Nandi wakateketezwa kawa moto! Dakika ile nilisikia uchungu usio kifani. Moyo ulinusuru kupasuka; nikalia kilio cha huzuni isiyo tumaini! Tukio hili lilitonesha rohoni mwangu donda la uchungu lililokuwa katika utulivu wa muda. Uchungu wa mama ukanichoma moyo!

Mara ile Malipula naye alitokeza mbele ya nyumba ambayo sasa haikuwa kitu ila majivu, akasimama hapo ananiangalia. Uso wake uliwaka tabasamu la fedhuli na masimango. Macho yake yakang'ara kwa furaha ya mtesi na mjuvi wa mshindi. . . !

Sikuelewa maana ya njozi hiyo mpaka siku nne baadaye. Jumatano ile nilipata barua kutoka kijijini. Kumbe kweli mama na Nandi walikuwa wameaga dunia usiku ule ule nilipoipata njozi ile ya ajabu! Nikaelewa kila kitu! Malipula alikuwa amewaua mama na

Nandi kwa moto wa radi! Iwapo kwa vifo hivyo Malipula alikuwa akiitafuta ghadhabu yangu basi aliipata sawia. Kwani nilipoisoma tu barua hiyo uchakacho mkali wa hasira ulivuma moyoni, angekuwa karibu nadhani ningemshika koo na kumkaba roho! Uchimvi wake huu ulinitia kichaa na maandamano hayo ya vifo yakanitoa akili. Alichokitaka kwangu sikukijua, lakini alikuwa akinichokoachokoa mithili ya mtoto mtundu amchokoavyo nyoka shimoni. Kwa kila hali nilikuwa sina budi kutoka nje na kupambana na mchokozi huyu. Tangu usiku ule nia yangu ilikuwa moja tu –kujilipiza kisasi...!

Naam, usiku huo nikamngoja Mzee Mavengi kwa shauku iliyojaa hofu na wasiwasi pamoja, hivi kwamba sikuelewa kama nilitaka aje au asije. Leo ilikuwa ndiyo siku niliyoitazamia kwa hamu na mashaka siku zote tangu usiku walipofariki wapenzi mama na Nandi. Leo ilikuwa ndiyo siku ya kisasi. Leo ukweli ungejulikana, nao ulikuwa katika mambo mawili–kifo ama maisha zaidi katika jukwaa hili la fujo. Mzee Mavengi akawa ameniahidi kunisaidia ili mambo yawe rahisi kwangu. Alisema kwamba laiti mambo yote yangetimilika leo angekuja kukamilisha nadhiri yangu.

Sikungoja sana. Nilipoangalia dirishani kwa mara nyingine niliona kitu kama kaa la moto hivi, au hasa kama kimulimuli, kinanisogelea kutoka angani. Kilikuwa na mwendo wa kasi sana mwanzo, halafu kikawa kinapunguza mwendo wake taratibu. Kilikuja, kikaja, kikaja. Kisha kilitua hatua kadhaa kutoka kitandani pangu kikatulia kwa muda.

Kilipozimika nilimuona Mzee Mavengi amesimama pale. Katika mkono wa kushoto alikuwa ameshika pembe, na mkono wake wa kulia ulikuwa na mgwisho mweusi. Alisema, "Haya mdogo wangu. Amka na tuanze shughuli. Ni usiku mgumu, na tupiganavyo ni vita vya bahati nasibu. Lakini kwa kuwa tumeyaweka poni maisha yetu ni sharti tuyakomboe kulihali."

Akaanza kazi yake. Alifanya ishara nyingi kwa mgwisho wake, akanuizia maneno yasiyoeleweka. Na ghafla hali ya bwenini pale ilibadilika. Nikashtukia tupo mkabala wa nyumba ya Malipula!

Mzee Mavengi akaendelea kufanya mambo kadha wa kadha mlangoni, na baada ya muda mrefu mlango ulifunguka. Mavengi akaingia ndani hatua chache, akaanza tena mazingaombwe mengine.

Wakati wote huo nikawa nawaza kwa mashaka kuwa maisha yetu yalitegemea tu mafanikio ya mzee huyu sasa. Hii ilikuwa ndiyo saa ya uamuzi hasa. Kwani laiti kama tungeweza hapa mambo ya mbele yangekuwa si tatizo. Lakini, kama dawa za Malipula zingemshinda Mzee Mavengi basi tungebaki kusimama pale mlangoni kucha, na asubuhi wangetukuta maiti. Sikupenda kuyahatarisha maisha ya mzee huyu mwema, lakini haja ya msaada ilinilazimisha. Alikuwa ndiye mzee pekee, niliyeweza kumtegemea.

Nilijua kwamba mpinzani wetu alikuwa si mtu wa kuchezewa, lakini pia nilimwamini Mzee Mavengi. Kwa nadra sana alinuia kufanya jambo ambalo alifahamu mwisho wake si mwema. Alikuwa mzee mfikirivu na mpimaji wa mambo, na hasa upinzani mkali ulipozuka alikuwa mwangalifu mno.

Iwapo dawa za Malipula hazikuwa duni kuliko za Mzee Mavengi basi alikuwa amefanya kosa jingine tena. Tulipoingia chumbani kwake taa ilikuwa inawaka mezani. Yeye mwenyewe alilala unono kitandani pake, hana wasiwasi hata kidogo. Alionekana kuwadharau adui zake. Kitanda cha pili kilikuwa kitupu; kwenye tendegu moja akawa amelifunga jibwa kubwa jeusi. Hili nalo lililala usingizi huku limejikunja kama jiwavi kubwa.

Mzee Mavengi alimsogelea Malipula akafanya ishara kadhaa kwa pembe lake huku anasema maneno mageni. Akanijongeza karibu, akaniambia nimwamshe Malipula kwa kumtaja jina. Nilimwita taratibu naye aliamka kwa mshtuko mkubwa lakini hakuweza kutoka kitandani. Akabaki tu kutuangalia. Kwa hasira alitambua kwamba alikuwa amekutwa legelege. Alijaribu kuchezesha midomo yake aseme lakini hakikutoka chochote kinywani mwake. Alikuwa amefungwa kitandani kwa sihiri kama alivyowafanyia mama na Nandi.

"Naam, Malipula," nilisema kifedhuli. "Tumekutana tena, na leo nadhani ni kwa mara ya mwisho."

Alichezesha midomo yake kwa ghadhabu lakini hakusema lolote. Nilimwuliza kwa umbembe, "Je, unamkumbuka Dina?" Aliniangalia kwa dharau akakubali kwa kichwa. Nikamwuliza tena, "Unakumbuka kuwa ulimchoma kwa moto wa radi?"

Alitamani kunirukia asiweze, na badala yake alikubali kwa kichwa.

Nikaendelea kumwuliza, "Je, unawakumbuka mama na Nandi uliowateketeza kwa moto wa radi siku chache zilizopita? Unaikumbuka furaha uliyokuwa nayo ulipowasikia wakilia kwa uchungu?" Hasira yake ilikuwa imepotea, akatawaliwa na woga na wasiwasi mwingi. Nikaendelea, "Unayakumbuka yote hayo, ee?"

Sasa alitikisa kichwa chake kwa huzuni akamwangalia mbwa wake, akamwona ametulia kimya. Alihangaika asiweze kufanya kitu. Akabaki tu kutweta na kutoa jasho jingi. Kumbe watu katili ni waoga wakubwa!

Nikasema, "Unafurahi kuwaunguza watu Malipula, na kusikia vilio vyao! Basi leo nakupa fursa ya kuusikia utamu wa moto na kukifurahia kilio chako mwenyewe viungo vyako vitakapokaangwa na kuwa makaa."

Aliniangalia kwa majuto na machozi yakaanza kumtoka yakitiririka kuingia masikioni. Niliendelea, "Sipendi kukupotezea hata chembe ya maisha yako, lakini wengi mno wamekufa kwa sababu yako. Kwa yakini duniani patakuwa mahali pema zaidi ukipaondoka. Mungu akurehemu!" Nikiyasema hayo niliisukuma ile taa mezani ikaanguka mvunguni mwa kitanda. Mafuta yaliyomwagika yaliwaka yakaanza moto mkubwa. Malipula aliniangalia kama mwomba rehema, lakini mtazamo wake haukuigusa ghala ya rehema moyoni mwangu. Na hata kama ungeigusa nilikuwa sina budi kumtendea alivyostahili.

Moto ulipokizunguka kitanda kizima nilisema, "Malipula, nakiri kuwa nilimwua mjomba Kapedzile kama ulivyoamini. Lakini si kwa sababu ya ugomvi wa shamba la Mkomazi pekee, bali pia kwa ajili ya matayarisho ya dawa kabla ya kuupokea urithi ambao umegeuka baa kwangu. Uliyonitendea kuniadhibu ni makubwa mno, lakini sasa nimetosheka. Kwani kisasi changu kwa ajili ya wapenzi Dina, mama na Nandi kimetimizwa sasa. Kwaheri, Malipula. Mola mhisani akusamehe dhambi zako!"

Nyuma yangu Mzee Mavengi naye akasema, "Sote hatima yetu ni hiyo hiyo moja, Malipula! Hatuna pa kwenda, twapiga duara. Lakini naamini wakati mwingine utakumbuka kuwa tayari daima.

Kwaheri, Malipula! Mahoka wakupokee vyema kuzimu!"

Kisha tulitoka tukangoja mlangoni hadi tuliposikia ukulele wa mwisho wa Malipula. Siwezi kuueleza vizuri ukulele huo; labda niufananishe tu na kilio cha ng'ombe achinjwaye. Hapo Mzee Mavengi aliondoa nguvu zake za madawa katika nyumba ile.

Kwa muda tulibaki kuiangalia nyumba iliyomlea hayati Dina ikiungua. Moyo wangu ukatulia. Huu ulikuwa mwisho halali wa maficho haya ya maovu maridhawa na sihiri. Watu walikuwa wameanza kupiga mayowe na kuiendea nyumba hiyo, japo walikuwa wamechelewa. Hakuna kilichookolewa ila maisha ya mama na wadogo zake Dina walioweza kutoka baada ya Mzee Mavengi kuziondoa nguvu za madawa katika nyumba ile. Niliwaonea huruma viumbe hawa, lakini sikuweza kufanya lolote kuwasaidia. Walikuwa ni watu baki, nyika ziumiazo bure tembo wapiganapo!

Mzee Mavengi akanigeukia. Macho yake yalijawa na huzuni, uso wake ulikunjamana akaonekana yu mzee zaidi. Akasema, "Mdogo wangu, nimefurahi kuwa nawe; tena naona fahari nimekuwa rafiki na mlinzi. Akili zako ni timamu, mdogo wangu, na tabia yako ni ya mwana ambaye ningejivunia. Lakini sijui kama nitaishi kuonana nawe tena. Kwani nimeishi maisha yangu katika uharibifu, na sitegemei rehema. Ni jambo zito kumpa rafiki mkono wa buriani. Na uwapo mzee mithili yangu jambo hili ni gumu zaidi. . . Lakini hilo si la maana sasa. Unakumbuka uliyoniambia siku ile kule mapangoni? Kwamba uchawi na sihiri ni utamaduni unaopasa kufa pamoja na hao uliowaita maadui wa taifa, yaani ujinga, maradhi na umaskini? Basi nimekuwa nikiwaza siku hizi zote juu ya hayo, na nadhani nimeuona ukweli. Kwa yakini ulipokuwa ukimhukumu na kumwadhibu Malipula leo kitu fulani kiliniingia rohoni nikajiona mwenyewe hukumuni. Nikajiona hatiani, na pamoja nami nilihisi kundi letu zima likiwamo hatiani. Na sikuona haki ya Malipula kuteketea pekee kwa hatia ambayo wengi wetu tumehusika..."

Alinyamaa akanyoosha mgwisho wake kuelekea matlai, kule kuliko na mapango, akasema, "Angalia!"

Moto ulikuwa unawaka mapangoni, mkali utadhani nyumba zinaungua. Nikamaka, "Moto! Mapango yanaungua!"

"Sawa," alinijibu polepole. "Huo ni mwisho mahususi wasihiri na nguvu zake. Kitelevadzi patakuwa mahali pema tena...!"

Na ghafla hali ilibadilika tena nikajiona nipo bwenini pamoja na Mzee Mavengi! Wanafunzi wenzangu walilala fofofo. Sikuweza kuelewa kunatokea nini, lakini kabla sijasema lolote Mzee Mavengi alisema, "Sitakaa sana, mdogo wangu, kwani nahisi muda wangu umeniishia, na hukumu i karibu. Na singependa inifike hapa!" Alipanda chombo chake akaondoka haraka akisema, "Kwaheri...!"

Nilimwangalia mzee huyu akienda angani kama kimulimuli, na mawazo yangu yakamrudia msichana Lulu. Tangu maskini mama na Nandi walipoaga dunia. Uhusiano wetu ulikuwa umekua sana, hata nikamwona ndiye mfariji pekee. Sasa kila la maana nililonuia kutenda nilitaka maoni yake. Bali kwa tahadhari sikuwa nimemweleza kuhusu mkasa huu wa kisasi; nilichelea kwamba hangefurahishwa nao. Nami sikupenda kumwudhi. Lakini maadam sasa mambo yalikuwa yamekamilika ilinipasa nimwandikie na kumweleza yote. Alikuwa ndiye msiri pekee aliyebaki duniani, na ilimjuzu kuyafahamu yaliyonipata.

Na kitu fulani kikanifanya nigeuke kukiangalia tena chombo cha Mzee Mavengi. Lahaula! Kama kaa la moto lililotupwa angani chombo kile kilikuwa kinaviringika kasi kuelekea ardhini! Kilikuwa kinaanguka! Kwa mbali nadhani nilisikia ukelele, halafu chombo kilijisweka katika kiza cha mwitu. Kukawa kimya...!

Printed in the United States
By Bookmasters